D1771617

சுகவாசிகள்

சுகவாசிகள்

கரிச்சான் குஞ்சு (பி. 1919 – 1992)

கரிச்சான் குஞ்சு என்று அழைக்கப்பட்ட ஆர். நாராயணசாமி 10.7.1919இல் தஞ்சை மாவட்டம் நன்னிலம் வட்டம் சேதனீபுரத்தில் பிறந்தவர். 17.1.1992 அன்று கும்பகோணத்தில் இறந்தார்.

கு.ப.ரா.வோடு நெருங்கிய உறவுகொண்டிருந்தவர். அப்போது கரிச்சான் என்ற புனைபெயரில் எழுதிவந்த கு.ப.ரா.மீது கொண்ட அன்பினால் கரிச்சான் குஞ்சு என்ற புனைபெயரில் எழுதலானார்.

பெங்களூரில் எட்டு வயது முதல் பதினைந்து வயதுவரை வடமொழியும் வேதமும் பயின்றார். மதுரை – ராமேஸ்வர தேவஸ்தானப் பாடசாலையில் 17 வயது முதல் 22 வயதுவரை தமிழும் வடமொழியும் கற்றார். சென்னை, மன்னார்குடி, கும்பகோணம் முதலான ஊர்களில் தமிழாசிரியராகப் பணியாற்றினார்.

100க்கும் மேற்பட்ட சிறுகதைகளை எழுதியுள்ளார். சுமார் பத்துச் சிறுகதைத் தொகுதிகள் வெளிவந்துள்ளன. 'பாரதி தேடியதும் கண்டதும்' (1982), 'கு.ப.ரா.' (1990) ஆகியவை இவரது கட்டுரை நூல்கள். இவர் எழுதிய ஒரே நாவல் 'பசித்த மானிடம்' (1978). இரு குறுநாவல்கள் நூல்வடிவம் பெற்றுள்ளன. இரு நாடகத் தொகுதிகளை எழுதியுள்ள இவர் சமஸ்கிருதம், ஆங்கிலம், இந்தி மொழிகளிலிருந்து சில முக்கிய நூல்களைத் தமிழாக்கியுள்ளார். தமிழிலிருந்து சமஸ்கிருதத்துக்கும் ஆங்கிலத்துக்கும் சில மொழிபெயர்ப்புகளைச் செய்துள்ளார்.

ராமாமிருத சாஸ்திரிக்கும் ஈஸ்வரியம்மாளுக்கும் இரண்டாவது மகனாகப் பிறந்த கரிச்சான் குஞ்சுவுக்கு ஒரு அக்கா (ராஜலக்ஷ்மி), இரு தங்கைகள் (ருக்மணி, நாகராஜம்), ஒரு தம்பி (சுந்தர்ராமன்). வாலாம்பாள் என்கிற முதல் மனைவி இறந்ததும் சாரதாவை 1946இல் மணந்தார். இவருக்கு நான்கு மகள்கள் – லக்ஷ்மி பேபி, பிரபாவதி, விஜயாள், சாந்தா.

கரிச்சான் குஞ்சு

சுகவாசிகள்

காலச்சுவடு பதிப்பகம்

அன்பார்ந்த வாசகருக்கு,

வணக்கம்.

காலச்சுவடு நூலை வாங்கியமைக்கு நன்றி.

நூலின் உள்ளடக்கம், உருவாக்கம், அட்டைப்படம் இன்ன பிற அம்சங்கள் பற்றிய உங்கள் கருத்துகளையும் ஆலோசனைகளையும் காலச்சுவடு வரவேற்கிறது. தகவல், எழுத்து, வாக்கியப் பிழைகள் தென்பட்டால் கட்டாயம் தெரிவித்து உதவுங்கள். நூல் தயாரிப்பில் கடும் குறைபாடு இருப்பின் மாற்றுப் பிரதி உங்களுக்குக் கிடைக்கக் காலச்சுவடு ஏற்பாடு செய்யும்.

மின்னஞ்சல்: publisher@kalachuvadu.com

காலச்சுவடு நாகர்கோவில் அலுவலகத்திற்குக் கடிதம் அனுப்பலாம்.

தங்கள்
எஸ்.ஆர். சுந்தரம் (கண்ணன்)
பதிப்பாளர் — நிர்வாக இயக்குநர்

சுகவாசிகள் ❖ குறுநாவல்கள் ❖ ஆசிரியர்: கரிச்சான் குஞ்சு ❖ © நா. விஜயாள் ❖ முதல் பதிப்பு: டிசம்பர் 1990 ❖ காலச்சுவடு முதல் பதிப்பு: டிசம்பர் 2019, மூன்றாம் பதிப்பு: அக்டோபர் 2023 ❖ வெளியீடு: காலச்சுவடு பப்ளிகேஷன்ஸ் (பி) லிட்., 669, கே.பி. சாலை, நாகர்கோவில் 629001

cukavaacikaL ❖ Novellas ❖ Author: Karichan kunju ❖ © N. Vijayal ❖ Language: Tamil ❖ First Edition: December 1990 ❖ Kalachuvadu First Edition: December 2019, Third Edition: October 2023 ❖ Size: Demy 1 x 8 ❖ Paper: 18.6 kg maplitho ❖ Pages: 136

Published by Kalachuvadu Publications Pvt. Ltd., 669 K.P. Road, Nagercoil 629001, India ❖ Phone: 91-4652-278525 ❖ e-mail: publications@kalachuvadu.com ❖ Printed at Adyar Students xerox Pvt. Ltd., No. 275 Habibullah Road, Triplicane high Road, Opp Triplicane Post Office, Triplicane, Chennai 600005

ISBN: 978-81-943956-4-5

10/2023/S.No. 929, kcp 4742, 18.6 (3) uss

பொருளடக்கம்

முன்னுரை	9
சுகவாசிகள்	11
ஒரு மாதிரியான கூட்டம்	80

முன்னுரை

இத்தொகுதியில் இரண்டு குறுநாவல்கள். இரண்டிற்கும் வேறுவேறு சரடு. ஆனால் இரண்டிற்கும் ஒரேயொரு பொதுவான அம்சம் உண்டு. என்ன அது?

முதல் குறுநாவலான 'சுகவாசிகள்' கிராமம் சார்ந்த கதை. இது கிராமத்தான்களின் கதை. வழக்கம்போலான கிராமவாசிகளின் கதை இல்லை இது. நாகு அய்யர், அவருடைய காமக் கிழத்தியான பார்வதி, பார்வதிக்குத் துணையாக வரும் கிருஷ்ணன், குஞ்சு, குஞ்சுவைத் துணையாக அனுப்பிவைக்கும் நாகுவின் காரியஸ்தர் சின்னசாமி, பிறகு பார்வதியைக் காபந்து செய்யவரும் ராஜாளியார் என்று பல மனிதர்களின் கதை. இவர்களை ஒன்றிணைப்பது காமம். ஒவ்வொருவரின் அந்தரங்கமான அபிலாஷையின் முடிவில் அமையும் காமத்திற்கு எதிரான அறமே இக்குறுநாவலின் மையம். பார்வதியின் மீதான நாகு அய்யரின் காமம், பார்வதிக்கு அமையும் கிருஷ்ணன், ராஜாளியார் மீதான காமம், குஞ்சுவுக்கும் சின்னசாமிக்கும் இருக்கும் காமம் என்று காமம் விரியும் நாவலில், மனிதர்களின் சுயநலம் கடைசியில் அகால மரணத்தைத் தழுவுகிறது. பலவீனமும் அதிகாரமும் ஒருவரின் வாழ்வை நிர்மூலமாக்குவதை இந்தக் குறுநாவல் பேசுகிறது. அநாதையாகச் செத்துக்கிடக்கும் பார்வதியின் சடலம் நினைவுறுத்துவது, நம் சுயநலத்தைத்தான்.

இரண்டாவது குறுநாவலான 'ஒரு மாதிரியான கூட்டம்', தனித்தனி மனிதர்களின் கோழைத்தன்மையை, அவர்களின் நயவஞ்சகத்தை வெளிப்படையாகக் காட்டுகிறது. பணத்திற்கான, தனக்காகக் கிடைக்கும் லாபத்திற்காக எல்லாவற்றையும் எதிர்த்துவிட்டு, பின்பு, ஒத்துப்போகும் மனித குணங்களை அக்குவேறு ஆணிவேறாகக் கழற்றிக்காட்டுகிறது இக்கதை. ஆச்சார, அனுஷ்டானங்களை விரும்பும் குடும்பத்தில் பிறந்த பெண் ஜெயா, நாகரிகமான மனிதனை, வேற்றுச்சாதிக்காரரை விரும்புகிறாா். கொஞ்சம் பழைய காலத்து மனுஷியான அம்மா தடுக்கிறாள். உதவாக்கரையும் பலவீனமானவருமான தந்தை அவர்களின் காதலை, திருமணத்தை ஏற்கிறாா். மோகன் வழியாகக் கிடைக்கும் வேலைக்காக, சுய லாபத்திற்காக. அக்கா ஜெயாவின் திருமணத்தை ஒத்துக்கொள்ளும் குமாா் என்ற பல மனிதர்களின் சுயம், லாபத்திற்காக மாறுவதை இந்நாவல் எடுத்துரைக்கிறது.

இரண்டு நாவலுக்கான பொதுவான அம்சம் சுயம். சுயத்திற் காக வாழ்ந்து சாவதும், சுயத்திற்காகச் சூழலைத் தனக்காக மாற்றிக்கொள்ளும் குணமும்தான் பொதுவான அம்சம்.

கரிச்சான் குஞ்சுவின் இக்குறுநாவல்கள், பசித்தமானிடம் போன்று விரிவாக வரவேண்டிய நாவல்கள்தான். ஆனால் இதன் சிறப்பம்சம் உரையாடலை வாசகனிடம் விட்டுவிட்டு, வெறும் கதையாகச் சொல்லப்படுகிறது. நம் மன அழுக்குகளை வெளிப்படையாகக் கூறுபவையே இக்குறுநாவல்கள். ஒருவிதத்தில் சுயம் நசிந்தவர்களின் கதைகள் என்றும் கூறலாம் இவற்றை!

கும்பகோணம்
5–11–2019

ராணிதிலக்

சுகவாசிகள்

"அடப்பாவி, நீயா இப்படி!" என்று அலறினேன். வீ.என்.எஸ். நடுத்தெருவில், தன் மாளிகை போன்ற வீட்டுக்கெதிரே, சட்டை கிழிந்து, இடுப்புத்துணி இல்லாமல் தரையில் சாய்ந்து கிடக்கிறான்; ஒரு கையை ஊன்றிக்கொண்டு, தலை ஆட நாகுழற அழுது கொண்டு...

"யாழாவது வந்து... இந்த ராஸ்கலை... மூாமய்யா நீ கூட இதைப் பாழ்த்துண்டு நிக்கறையே..." என்று பரிதாபமாகக் கேட்டான். பக்கத்துவீட்டுத் திண்ணை, எதிர் வீட்டுத் திண்ணை, தாழ்வாரம், தெரு நடுவில் எல்லாம் ஆண்களும் பெண்களும் குழந்தைகளும் இதைப் பார்த்துக் கொண்டுதானிருந் தார்கள். சாயங்காலம் நேரம் 5 மணி.

வீ.என்.எஸ்ஸின் மூத்தபிள்ளைதான், பெற்ற தகப்பனைத் தலையிலும் முதுகிலும் முகத்திலும் தோள்களிலும் செருப்பால் அடித்துக்கொண் டிருந்தான். எழுந்து நிற்க முடியாமல் நின்று, பிறகு தள்ளாடிக் கீழே சாய்கிறான் வீ.என்.எஸ்.

நான் குறுக்கே போய் நின்று, "சீ நாயே கீழே போட்ரா செருப்பை... இந்தப் பெரிய பாவத்தை – அக்கிரமத்தைப் பார்த்துண்டிருக்கிற லெவலுக்குக் கேடு கெட்டுக் குட்டிச் சுவராய்ப் போயிடுத்தாடா ஊரு... அயோக்கியா... ஊம்... போடா போ உள்ளே..." என்று அந்தப் பயலை அதட்டினேன்; அந்தப்பயல் வீ.என்.எஸ்ஸின் மூத்தப்பிள்ளை கோபாலன். என்னிடம் படித்தவன்.

அவன் எஸ்.எஸ்.எல்.ஸி. பாஸ் பண்ணி நாலஞ்சு வருஷம் ஆகியிருக்கும்.

அப்புறம் அவன் எங்கேயோ காலேஜ் படித்துக் கொண்டிருப்ப தாகக் கேள்விப்பட்டிருந்தேன். ரிடையர் ஆனபிறகு நான் ஊரைவிட்டுக் கிளம்பிவிட்டேன். சில வருஷங்களுக்குப் பிறகு வேந்தன்குடிக்குப் போயிருந்தேன்; மாலையில் அந்தத் தெரு வழியாகப் போகும்போது நடந்தது இது.

கோபாலன் என் காலில் விழுந்து கும்பிட்டுத் தலை குனிந்து கொண்டு, தாங்க முடியாமல் கேவி அழுது, “ஸார் நான் இதே க்ஷணத்தில் செத்துவிட விரும்புகிறேன். தயவு செய்து வீட்டிற்குள் ஒரு நிமிஷம் வந்து பாருங்கள்...” என்றான்.

“போடா... ஆயிரமிருந்தாலும் பெற்ற தகப்பன்; ஏய், உங்கள் குடும்பம் ஊரில் மிகப்பெரிய கௌரவம் படைத்த குடும்பம்டா... என்னாலே சகிக்கவே முடியல்லையே... சரி முதல்லே அப்பாவுக்கு நமஸ்காரம் பண்ணி அவரை உள்ளே அழைச்சுண்டு போ... நானும் வரேன்...”

“நானா, அந்த வீட்டுக்குள்ளேயா... மாட்டவே மாட்டேன் ழேய்... நான் இப்படியே சுடுகாட்டுக்குப் பக்கத்துல போய் படுத்துண்டுறேன்” என்று தடுமாறி எழுந்து நின்றுகொண்டே சொன்ன அந்தத் தகப்பன் அப்போதுதான் என்னைப் பார்த்தான். “அழேழே...” என்று சட்டையை – கிழிந்த பாதி சட்டையை – இழுத்து இடுப்பில் சுற்றிக் கொள்ள முயன்றான். என் தோளில் கிடந்த அங்கவஸ்திரத்தைக் கொடுத்து அவன் பிள்ளையைக் கொண்டே இடுப்பில் சுற்றச் சொன்னேன். பிறகு நாங்கள் இருவரும் அவனைத் தூக்காத குறையாய்க் கட்டிப் பிடித்து இழுத்துக்கொண்டு வீட்டிற்குள் போனோம். “சீனு... அடப்பாவி... நீயா இப்படி” என்றேன்.

“நான் வெட்டலை... அரிவாள்மனையைத் தூக்கிண்டேன்; அவளுக ரெண்டு பேரும் வந்து என்னை அடித்துத் தள்ளும்போது காயம் பட்டுவிட்டது. இந்த ராஸ்கல் அதுக்காக என்னை...” ஆத்திரத்துடன் கத்தினான். அவனை ரேழி அறையில் தள்ளி உள்ளேயிருந்து பாட்டில்களை எடுத்து ரேழியில் எறிந்துவிட்டு கதவைப் பூட்டினான் கோபாலன். கூடத்தில் தலைவிரி கோலமாய் கையிலும் தலையிலும் ரத்தம் கொட்டக் கிடந்தனர், சீனுவின் மனைவியும் மகளும். அந்தப் பெண் தன் அம்மாவைவிட உயரமாய்ப் பருமனாய் அதிக அங்கபாரங்களுடன் ரவிக்கை இல்லாமல் மல்லாந்து கிடந்தாள். அம்மா குப்புறக் கிடந்தாள் பிரக்ஞை இல்லாமல்; பெண் நினைவிருந்தும் எழுந்து நிற்க முடியவில்லை; மெல்லப் புரண்டாள்.

இதற்குள் வாசலில் டாக்ஸி வந்தது; இருவரையும் ஆஸ்பத்திரிக்குக் கொண்டு போனார்கள். கோபாலனுக்கு அடுத்துப் பிறந்தவள் பெண் சம்பகம்; அவளுக்குப் பின் பிறந்த இரண்டு பிள்ளைகள் கடைந்தெடுத்த தங்க விக்ரகம் போல மூலையில் சுருண்டு கிடந்தனர். சின்னக் குழந்தைகளுமில்லை; விவரம் தெரிந்த சிறுவர்கள்; பத்து வயதுக்கு மேற்பட்டவர்கள். எல்லாருமே அந்தக் குடும்பத்தின் பரம்பரை வாகான வாட்ட சாட்டமான பிறவிகள்.

ரேழி உள்ளில் கிடந்த சீனுவை எட்டிப் பார்த்தேன்; குறட்டை விட்டுத் தூங்கிக் கொண்டிருந்தான். ரேழியில் கிடந்த சீசாக்கள் எனக்கு ஓரளவு விவரம் கூறின.

மெல்லத் திண்ணைக்கு வந்தேன். அந்த வீடு முன்பு அவர்களுடைய காரியஸ்தர் குடியிருந்த வீடு; நானும் அதில் இருந்திருக்கிறேன். அடுத்ததுதான் சொந்த வீடு. பெரிய மாடி வீடு; கல்யாணக் கூடம் வைத்து முத்து வெள்ளை வைத்துக் கட்டிய மாளிகை அது. அதைக் கூத்தா நல்லூர் சாயபு ஒருவர் விலைக்கு வாங்கிவிட்டது எனக்கு நினைவு வந்தது; நல்ல விலை. அந்தக் கால நிலவரத்துக்கு அதிகமாகவே கொடுத்து முடித்துக் கொண்டார் சாயபு; ஆனால் கையில் வந்த தொகை மிகவும் குறைவு. ஏற்கனவே நோட்டு, பந்தகம், போக்கியம் என்றெல்லாம் மாறி நிறைய வாங்கியிருந்தான் சீனு. இதையெல்லாம் நினைத்துக் கொண்டே திண்ணையிலிருந்து தெருவில் இறங்கினேன். எதிர்த்த வீட்டு ராமு – சீனுவுக்குப் பெரியப்பா – பேரன் வந்து என்னைக் கைப்பிடியாக – பலவந்தமாக அழைத்துக் கொண்டு போனதால் அவன் வீட்டிற்குள் நுழைந்தேன். மணி ஆறு ஆறரை இருக்கும். ஊஞ்சலில் உட்கார்ந்தோம். புழுக்கம் தீர வீசி ஆட்டினான் ராமு.

"ஸார் எப்ப வந்தேள்? எங்கே தங்கியிருக்கேள்..? வாங்கோ, ஸந்தியாவந்தனம் பண்ணிவிட்டு, நம்மாத்திலேயே சாப்பிடலாம். அதற்குள் சீனு பெண்டாட்டி பொண் ரெண்டு பேருடைய நிலைமையும் தெரிந்துவிடும்: முதல்ல காபி சாப்பிடுங்கோ" என்று அவன் முடிப்பதற்குள் காபி வந்தது.

"அகாலம்" என்றேன். "பரவாயில்லை இன்னும் இருட்டலையே... என்றான் ராமு. சரி என்று சாப்பிட்டேன். நான் காபி சாப்பிடும்போதே அவன் பேசிக்கொண்டிருந்தான்.

"ஸார் இந்தக் கண்றாவி உங்கள் கண்ணில் பட்டிருக்க வேண்டாம்தான். ரொம்பக் கஷ்டம். நாங்கள் யாரும் தலையிடவில்லையே என்று நீங்கள் இரைந்தீர்கள்... வாஸ்தவம்... வெட்கப்பட வேண்டியதுதான்... ஆனால் இந்தக் காட்சி நடப்பது இது முதல் தடவையில்லை. இரண்டொரு சந்தர்ப்பங்களில்

நாங்கள் போனபோது, சீனுவின் பொண்டாட்டியும் பொண்ணும் பிள்ளையும் சேர்ந்துகொண்டு எங்களைக் கண்டபடி வைது விரட்டிப் பெரிய ரசாபாசமெல்லாம் நடந்து போச்சு; தவிரவும் இன்னிக்கு நடந்த கேசு ரொம்ப விபரீதம்; பெரியவா, எங்களுக்கெல்லாம் வாத்தியார் உங்ககிட்ட அதை வாய்விட்டுப் பேசவே வெட்கப்படனும். சீனு குடிக்க ஆரம்பித்து மடாக் குடியன் ஆனதும் சொத்துக்களை விற்றுச் சுட்டுக் கரியாக்கினதும் உங்களுக்குத் தெரியும். நீங்க இந்த ஊரில் இருக்கிற போதே முக்காவாசி நெலம் நீச்சு நகை நட்டெல்லாம் குளோஸ்; அதுக்கப்புறம் பெரிய பயலும் பொண்டாட்டியும் சேர்ந்து ஒரு வழி செய்து, பிச்சை வாங்கிண்டு தெருவிலே நிற்காமே ஏதாவது செய்து கொள்ள வேண்டுமென்று பாக்கியிருக்கிற கொஞ்சநஞ்சம் நிலத்தையாவது காப்பாத்தியாகணும் என்று சீனுவை நிர்ப்பந்தம் செய்து கொண்டிருந்தார்கள். கோபாலன் தங்கமான பிள்ளை. அவனாலே முடிஞ்ச வரைக்கும் அப்பாவை மெல்லத் திருத்தனும்னு பாடுபட்டான். நல்ல புத்திசாலி. எஞ்சினீயரிங் படிப்பைப் பாதியிலே விட்டுவிட்டு இங்கே வந்துவிட்டான். அடுத்த பயலுகளும் நன்னாவே படிக்கிறானுக. அந்தப் பொண்ணு – அது பொண்ணே இல்லை – தேவலோகத்து ரம்பை – அத்தனை அழகு. அப்படி ஒரு பாட்டு: அடாடா அந்தப் பொண்ணுக்கு அமைந்திருக்கிற சாரீரம். ஒரு வரப்பிரசாதம் ஸார். இவ்வளவுக்கும் அதுக்கு கேள்வி ஞானம்தான். சீனு அந்த நாள்ளே நம்மூர் அய்யாவுகிட்டே சிக்ஷை சொல்லிண்டான். சீனுவுக்குக் கச்சேரி பண்ணும் அளவுக்கு நிறையச் சொல்லி வைத்தான் அய்யாவு; அப்போல்லாம் இது சின்னக் குழந்தை; காதால் கேட்டதுதான்; சீனுவும் ஏதோ கொஞ்சநாள் சொல்லிக் கொடுத்திருப்பானோ என்னவோ; அது திருச்சிராப்பள்ளியில் காலேஜில் படித்துக் கொண்டிருந்தது. பணம் அனுப்ப முடியாமல் அதுவும் படிப்பை நிறுத்த வேண்டியிருந்தது.

இந்தக் கதையெல்லாம் சொல்றேனே தவிர... இன்னிக்கு நடந்ததைச் சொல்ல வாய் எடுக்கிறேன், வார்த்தை ஒளிந்து கொள்கிறது; ஸார் சீனு பொண்டாட்டி ரொம்ப 'ஸ்ட்ராங் – ஸ்டர்டி' வுமன்தான்; ஆனாலும் அடிக்கடி அபார்ஷன் கேசு, குடிகாரனுக்கு ஓச்சல் ஒழிவு இல்லாமல் இது எல்லாம் வேண்டியிருக்குமோ என்ன எழவோ. அவள் ரொம்ப ஓதுங்கி ஓடி ரூம் கதவைத் திறக்காமல் இப்படியெல்லாம் நடப்பதுண்டாம். இன்னிக்கு மத்தியானம் மூணு மூணரை மணிக்குச் சீனு பொண்டாட்டி ஏதோ சாமான் வாங்கக் கடைத்தெருவுக்குப் போயிருக்கிறாள்; வீட்டில் அந்தப் பொண்ணு மட்டும் தனியா இருந்திருக்கு. பயல்களும் இல்லை. அது தேமேன்னு

பாவம்—கிழிந்து போன ரவிக்கையைப் போட்டுண்டப்புறம் கிழிசல் தெரிஞ்சிருக்கு; உடனே கயட்டி அதைத் தைச்சுண்டு உட்கார்ந்திருக்கிறது... அப்போ இந்தப் பாவி சீனு அந்தப் பக்கம் வர அவன் கண்ணில் பட்டிருக்கிறது. அவ்வளவு தான் இந்தப் படுபாவி ஒரே பாய்ச்சலாய் பாஞ்சு..."

"ராமு... வேண்டாம்... வேண்டாம் சிவ சிவ சிவா. அடப்பாவி நீயா" என்றேன். வயிற்றைக் குமட்டியது.

"நீயா... நீயா என்று நீங்க மாஞ்சு போறேள். எங்களுக்கு இது பழக்கமாகப் போயிட்டதனாலேயே பேசாமே இருக்கோம். ஆனா இந்தக் குடும்பத்துக்கு இப்படியெல்லாம் வரவேண்டாம்... யார் செய்த பாவமோ? இவன் தாயார் காலத்துலே ஏதேதோ நடந்தது—நாடகமெல்லாம்; ஒரு படியா அவள் போய்ச் சேர்ந்தாள்; இவன் வந்தானே ராஜா மாதிரி; நன்னா ஆளவேண்டியதுதானே; குட்டிச்சுவராக்கிப்புட்டான் ஸார்..."

இந்தச் சீனுவின் தகப்பனார் நாகசாமி அய்யர், சுருக்கமாக நாகு என்று வழங்கிய பெயரை உடையவர், ஊரில் பெரிய பணக்காரர். நூறுவேலி கிராமங்கள் உடையவர். இவர் காலத்தில் இவருக்குப் புதையல் ஒன்று கிடைத்ததாகவும் பேசிக் கொள்வார்கள். இவருக்கு இவருடைய ஐம்பத்திரண்டாவது வயதில் நான்காம் தாரமாக வந்தவள் சீனுவின் தாயார். பாராசாரியான பெண். பாலக்காட்டு மண்; பருமனான உடற்கட்டு. செடில் மாதிரி நல்ல உயரம், சந்தன நிறம், உயரமான கழுத்து நீள வாகான முகம். அகலமான நெற்றி, பெரிய பெரிய கண்கள், நீண்ட கூந்தல், முகத்தில் மட்டும்—குங்குமம் இட்டுக் கொண்டாலும் சரி—சாந்துப் பொட்டு வைத்துக் கொண்டாலும் சரி—அழகே கூடுவதில்லை அந்தப் பெண்ணுக்கு. முகத்தில் குளுமையோ மங்கள எழிலோ இருப்பதே இல்லை. சற்று அதிகமாகவே தடித்துச் சிவந்த உதடுதான் காரணமோ என்னவோ..? அவளைக் கல்யாணம் செய்து கொள்ள நாகு தான்ஒருவர் மட்டுமே மலையாளத்திற்குப் போய் வந்தார். ஊருக்கு வந்ததும் உற்றார் உறவினர்களை, ஊர்க்காரர்களை எல்லாம் அழைத்து ஊரில் உள்ள வைதீகர்கள் எல்லாரையும் வைத்துக்கொண்டு வெகு விமரிசையாய் ருது சாந்திக் கல்யாணம் செய்துகொண்டார். அந்த வயதிலும் ராஜா மாதிரி இருந்தார். ஏராளமான சொத்து. பெண்ணுக்கு நாற்பது பவுன் நகை போட்டார். வைரத் தோடு, வைர மூக்குத்திகள் போட்டார். வைதிகர்களுக்கெல்லாம் அதிகமாகவே கொடுத்தார். தன் ருதுசாந்தி முடிந்தவுடனேயே—வீட்டில் இருந்த கடைசிப் பெண்ணுக்கு—அதாவது மூன்றாவது தாரத்தின் பெண் கமலிக்கு

அதற்கு அப்போது வயது பணிரெண்டோ பதிமூன்றோ – நல்ல இடமாய்ப் பார்த்து நிறையச் சீர்செய்து ஆடம்பரமான கல்யாணமும் செய்து கொடுத்தார். அடுத்த வருஷம் அந்தப் பெண்ணைப் புக்ககமும் கொண்டுவிட்டார். மாளிகை போன்ற வீட்டில் தன் புதிய இளைய மனைவியுடன் ராஜபோகம் அனுபவித்துக் கொண்டிருந்தார்.

குடுமி வைத்துக் கொண்டு வீட்டில் இருந்த பரம்பரையான சாலிக்கிராமங்களுக்குப் பூஜை செய்யவும் சமையல் வேலைகளை மடியாக ஆசாரத்துடன் செய்யவும் பாலக்காட்டிலிருந்தே ஒரு பையனை – பையன் என்ன இருபது வயது வாலிபனையும் அழைத்துக் கொண்டு வந்தார் அய்யர். அவன் நல்ல களையான முகமும் நல்ல உடல் வலுவும் உள்ள வாலிபன். பால்யத்தில் வேதம் கற்றவன். பகல் வேளையில் தெருக்கோடியில் இருந்த கணபாடிகளிடம் அவன் மேலும் வேதம் படிக்க – என்னமோ பதம், கிரமம் என்று சொன்னார்கள், அவற்றைக் கற்கவும் ஏற்பாடு செய்திருந்தார் அய்யர். முதல் இரண்டு தாரங்களுக்கும் குழந்தைகள் கிடையாது. மூன்றாவது மனைவியின் பிள்ளைகள் மூன்றுபேர். அய்யர் நாலாவது கல்யாணம் செய்து கொள்வதற்கு முன் அந்த மூன்று பிள்ளைகளுக்கும் சென்னையில் தனித்தனியே வீடு கட்டிக் கொடுத்து ஆளுக்கு இருபத்தைந்து வேலி நிலமும் பிரித்துக் கொடுத்து விட்டிருந்தார். அவர்கள் மூவருமே சென்னையில் குடியேறிவிட்டார்கள். ஆக அய்யர் வாழ்க்கை நிம்மதியான வாழ்க்கை. வெகு காலமாகவே அவர் வீட்டுக்குப் பக்கத்தில் இருந்த சிறு கட்டடத்தில் அதைக் கிட்டங்கி என்று சொல்வார்கள் – வாசல் திண்ணையில் சாமிநாத பத்தர் பட்டறை இருக்கிறது. இரண்டு பேர் அங்கே நகை நட்டுக்கள் செய்து கொண்டேயிருப்பார்கள். புதையல் எடுத்த தங்கப் பாளங்களைச் சிறிது சிறிதாக நகைகளாக மாற்றி அவற்றை விற்பதற்கு இந்த ஏற்பாடென்று ஊரில் பேச்சு உண்டு. தெருவில் மற்றவர்களுக்கும் அந்தப் பத்தர்கள் நகைகள் செய்து கொடுப்பதுண்டு. அந்தப் பத்தர்கள் இருவரும் வருஷத்துக்கு வருஷம் பணக்காரர்களாக வளர்ந்து வந்தனர். அய்யருக்கும் குறைவில்லாமல் பணம் கொழித்துக் கொண்டேயிருந்தது. பூர்ணிமாடு இரண்டு ஜோடியும், வில் வண்டிகளும் போதாமல் அய்யர் குதிரை வண்டி செய்து கொண்டார். தானும் தன் இளைய மனைவியுமாய் கும்பகோணம், தஞ்சாவூர் என்று போய் வருவார். கோயில் குளங்களுக்குச் செல்வார். நிறைய தான தர்மங்கள் செய்வார். பஞ்சகச்சமும் விபூதி பட்டையுமாய்த்தான் காணப்படுவார். எந்த நேரத்திலும்; வைரக் கடுக்கன்களும், வைர மோதிரங்களும், மத்தாப்பூ மாதிரி பூத்துச் சொரியும். பெரிய வெள்ளிக் கூஜாவும் வெள்ளி

வெற்றிலைப் பெட்டியுமாய் அவர் வாசலில் வந்து பிரம்பு ஈஸி சேரில் உட்கார்ந்தால் தெருவே அழகுபெற்று விளங்கும். கிராம காரியங்கள் கணக்கு வழக்கு எல்லாவற்றையும் தானே நேரில் பார்த்துக் கொண்டிருந்தார்; இந்தப் புதுக் கல்யாணத்திற்குப் பிறகு காரியஸ்தர் ஒருவரை அமர்த்திக் கொள்ளும் அவசியம் நேர்ந்துவிட்டது. பக்கத்துக் கிட்டங்கி வீட்டையே இன்னும் சற்று வசதிகளுடன் ஒரு பெரிய ஓட்டு வீடாகவே கட்டி, ஒரு காரியஸ்தரைக் குடும்பத்துடன் அங்கே தங்க வைத்தார்; அவர் நன்னிலம் பக்கம் ஒரு கிராமத்திலிருந்து வந்தவர். களைத்துப் போன பெரிய மிராசுதார் குடும்பத்தைச் சேர்ந்தவர். பண்ணை வேலைகளில் மிகவும் பழக்கமுள்ளவர். மேலும் நல்ல கைராசி உள்ளவர். அவர் வந்ததிலிருந்து நல்ல விளைச்சல். கிராமத்தில் இருந்த ஆட்களிடம் மிகவும் நல்லதனமாகவும் அதே சமயம் காய்தாக் கண்டிப்புடனும் பழகி, மிகுந்த செல்வாக்குப் பெற்றார் அவர். உதவி ஒத்தாசைகளுக்குத் தாமே முன் வந்து நிற்பார். குடியானவர்கள் அவரை மிகவும் மரியாதையுடனும் பயபக்தியுடனும் நடத்தினார்கள். அவருக்குச் சின்னசாமி அய்யர் என்று பெயர். கிராமத்துக் குடியானவர்கள் அவரைச் சின்னசாமி என்றே குறித்தனர். அதாவது நாகு அய்யர் பெரியசாமி. இவர் சின்னசாமி. அவர் வந்த பிறகு நாகு அய்யர் கிராமத்துக்குப் போவதையே நிறுத்திவிட்டார்.

இரண்டு மூன்று வருஷங்களுக்குள் சின்னசாமி என்பது மறைந்து சின்ன முதலாளி என்றே குறித்துப் பேசவும் ஆரம்பித்தார்கள். அக்கிரகாரம் இல்லாத கிராமம் அது. குடியானவர் தெருவும் சேரியும் மட்டுமே உள்ள ஊர். குடியானத் தெருக் கோடியில் நாகு அய்யர் பண்ணைக் கிட்டங்கி. திண்ணைகள் – அவற்றை அடுத்து இரண்டு அறைகள் – ஓட்டுக் கட்டடம்; பின்பக்கம் சேர்கள் கட்டும் இடமான முற்றம்; ஒருபுறம் மாட்டுக் கொட்டில். ஒரு காலத்தில் அக்கிரகாரமும் சிவன் கோயிலும் இருந்து அழிந்துபோன சுவடு குளத்து மேட்டுக்கு மேற்கே தெரிந்ததாம். பக்கத்து கிராம கர்ணமும் பட்டாமணியருந்தான் அதிகாரிகளாக இருந்து பார்த்து வருகின்றனர். சின்னசாமி மிகவும் கஷ்டப்பட்டும் பழைய தஸ்தாவேஜிகளின் மூலம் தோப்பு துரவு புஞ்சை, மாவடைகளைக் கண்டுபிடித்துக் கர்ணம் பட்டாமணியம் உதவியோடு நாகு அய்யர் பண்ணையைச் சேர்ந்தவை என்று நிரூபித்து நிறையச் சேர்த்தார் புதிதாக. இதற்காக அவர் மிகவும் தாராளமாய்ச் செலவழித்துக் கிராம அதிகாரிகளுக்கு நிறையவே கொடுத்தார். கிராம தேவதைகளின் கோயில்களைப் பழுதுபார்த்துப் பூசாரிகளை ஏற்படுத்திப் பண்ணையின் வருமானத்திலிருந்து பூசைகள் நடத்தச் செய்தார்.

அந்தச் சிறுவட்டம் சுமார் பதினெட்டு வேலி பரப்பை உடையது. கிட்டத்தட்ட ஏகபோகமான கிராமம் இது. நாகு அய்யர் வேறு ஊர்களில் இருந்த நிலங்களையெல்லாம் தம் மூன்றாம் தாரத்தின் மூன்று பிள்ளைகளுக்கும் பாகம் பிரித்துக் கொடுத்துவிட்டார். இந்தச் சிறு வட்டத்திற்குக் கூத்தன்குடி என்பது பெயர். பக்கத்தில் உள்ள பெரிய கிராமம் ஐயனார் காடு. அதில் இருந்த பங்கை, முப்பது மாநிலத்தை மூன்றாம் தாரத்துப் பெண்ணுக்குச் சீதனமாக மஞ்சகாணியாகக் கொடுத்துவிட்டார். சின்னசாமி வந்தவேளை கூத்தன்குடி பல வகையிலும் செழித்தது. வெற்றுத் தரிசாய்க் கிடந்த புஞ்சைப் புலன்களில் எல்லாம் செய்நேர்த்தி செய்து கிணறுகள் வெட்டி ஏற்றம் போட்டு வாழை வைத்தார்; தென்னம் பிள்ளை வைத்தார். ஒரே தாக்காக இருந்த ஏழெட்டு ஏக்கர் இடம் காடுமண்டிக் கிடந்தது, பலவருடங்களாக அப்படியே கிடந்தது; நஞ்சையில் வேலையில்லாத நாட்களில் ஆட்களை விட்டு இந்த இடத்தைச் சீர் செய்து சவுக்கைக் கண்களை வைத்தார். கூத்தன்குடிக்குப் பாமணி ஆற்றிலிருந்தும் கோரை ஆற்றிலிருந்தும் தண்ணீர் வரும் வாய்க்கால்கள் வரும் வழியில் இருந்த இடம் இது; அந்தப் பெரிய இரண்டு வாய்க்கால்களையும் ஒழுங்காகக் கரைகட்டி ஆழமாக வெட்டினார் சின்னச்சாமி. ஊரில் இருந்த குடியானவர்களும் அரிஜனங்களும் நிறைய வேலை செய்து கைநிறையப் பைநிறையச் சம்பாதித்தார்கள்; சின்ன முதலாளியைத் தெய்வமாகக் கொண்டாடினார்கள். பக்கத்து கிராமங்களில், கிஸான்கட்சியெல்லாம் வந்து ஏதேதோ பெரிய தகராறுகள் நடந்த நேரத்திலும் அதன் வாடைகூட வீசவில்லை கூத்தன்குடியில்.

காரியஸ்தரும் பெரிய சம்சாரி; நாற்பதைத்தாண்டுவதற்குள் ஏழெட்டு குழந்தைகளைப் பெற்றுவிட்டார். அவர் மனைவி ரொம்பப் பூஞ்சை; ஒடிந்து விழுமே என்ற உடம்பு; உயரம், ஆகவே அவளையும் அறியாமலே எப்படியோ ஒரு சிறுகூனல் விழுந்துவிட்டது; கடைசிக் குழந்தைக்கு எட்டு வயதாகின்றது; நல்லவேளை சின்னசாமி அய்யர் நிறுத்திவிட்டிருக்கிறார்; அவர் இன்னும் ஐம்பதை நெருங்கவில்லை. அவர் மனைவி படுக்கையில் இல்லையே தவிர நிரந்தர நோயாளி; ஒரு வேலையும் செய்ய முடியாது அவளால். அவளுக்குத் துணையாக, துணை என்ன வீட்டு வேலைகள் அத்தனையும் செய்ய அவளுடைய சொந்தத் தங்கை – அதிபால்யத்தில் கணவனை இழந்து முழுக் கோலமும் பூண்டுவிட்ட குஞ்சுதான் கூட இருந்தாள். அவள் ரொம்பக் கெட்டிக்காரி; சிரிப்பைத் தவிர வேறு எதையும் அவளிடம் காணமுடியாது. அலுப்புச் சலிப்பே இல்லாமல் குடும்பக் காரியம் எல்லாவற்றையும் செய்துவிட்டுத் திண்ணைக்கு வருவாள்.

தெருவில் அத்தனை பெண்களுக்கும் குஞ்சுமாமி வேண்டியவள். காலையில் சாப்பிட்டுவிட்டு மாலை உணவைக் கையில் எடுத்துக் கொண்டு வில் வண்டியில் கிராமத்திற்குப் போய்விடும் சின்னச்சாமி இருட்டிய பிறகுதான் வருவார். அவருடைய குழந்தைகள் எல்லோரும் சித்தியம்மாள் அதுதான் குஞ்சு, கிழித்த கோட்டைத் தாண்டாமல் அடங்கி ஒடுங்கி நடப்பார்கள். எல்லாரும் பள்ளிக்கூடம் போகிறார்கள். அதாவது கடைசி மூன்று பையன்கள். மூத்தவர்கள் நான்கு பேரும் பெண்கள்; கல்யாணமாகிப் புக்ககத்தில் குழந்தை குட்டியுடன் சௌகர்யமாக இருக்கின்றார்கள். மாப்பிள்ளைகளில் மூன்று பேர் கிராமத்தில் இருக்கும் மிராசுதார்கள். ஒருவர் கும்பகோணத்தில் ஆசிரியர்.

காரியஸ்தர் வந்த பிறகு நாகு அய்யர் கிராமத்திற்குப் போவதை அடியோடு நிறுத்திவிட்டார். கணக்கு வழக்கு, குடும்பத்திற்குச் சாமான்கள் வாங்குவது, கேட்டபோதெல்லாம் அய்யருக்குப் பணம் கொடுப்பது யாவும் காரியஸ்தர் பொறுப்பாயிற்று; அய்யரும் அவரும் சந்திக்காமலேயே சில நாட்கள் கழிவதும் வழக்கமாயிற்று; ஐய்யர் வீட்டுக் கூடத்தில் கணக்குப் புத்தகங்கள் நோட்டுச் சீட்டு; பணம் காசுகள் வைக்கும் இரண்டு மர பீரோக்கள், மேஜை நாற்காலி உள்ள இடத்தைக் கூடத்தில் இரண்டு தட்டுகள் வைத்து அறைமாதிரிச் செய்து கொண்டார் காரியஸ்தர். அதைத் தாண்டி அவர் உள்ளே போவதே இல்லை. அதைத் தாண்டிப் போக வேண்டிய அவசியமும் இல்லை; வீட்டுக்கு உள்நிர்வாகம் முழுவதும் அந்தப் பாலக்காட்டுப் பையன் பொறுப்பு; கிருஷ்ணன் என்ற அந்தப் பையன் காரியஸ்தரிடம் வந்து மிகவும் சுருக்கமாகத் தேவையான சாமான்களைச் சொல்வான். கடைக்குப் போக நேரம் இருக்காது காரியஸ்தருக்கு; ஆகவே பணம் கொடுத்துப் பிறகு கணக்கு கேட்டு பில்களையும் பார்த்து எழுதிக் கொள்வார். தெருவில் யாரிடமும் அதிகமாகப் பழக்கம் வைத்துக் கொள்ளவில்லை இந்தக் காரியஸ்தரும் கிருஷ்ணனும்; தெரு முழுவதுமே அநேகமாக எல்லா வீட்டுக்காரரர்களும், தாயாதிபங்காளிகளும் உறவினர்களும்தான்; பல தலைமுறைகளாகப் பாகம் பிரித்துப் பிரித்து வாரிசுகள் பெருகித் துண்டு துண்டுகளாகப் போனதில், பத்து வேலி, ஐந்தாறுவேலி என்று குறைந்து கொண்டே வந்த நில உடைமைக்காரர்களான சுகவாசிகள் தாம் எல்லோரும். இந்தத் தலைமுறைக்கு முன்தலைமுறையிலிருந்து தான் படித்து வேலைக்குப் போகின்றவர்கள் ஏற்பட்டார்கள். இப்போதும் சுகவாசிகளாகவே இருக்கும் இளவட்டங்களும் உண்டு. அவர்கள் ஹைஸ்கூல் படிப்போடு நிறுத்தியவர்களாய் இருப்பர். இந்தக் குடும்பங்கள் எல்லாமே கொஞ்சம் 'எக்ஸெனட்ரிஸிடி' உள்ளவை;

இது பரம்பரைக் குணம்! கால்கிராக்; அரைக்கிராக்குகளும் உண்டு; அநேகமாக இவர்களுக்குள் சுமூகமான உறவுகளும் இருப்பதில்லை; மேலெழுந்த வாரியாக நுனிநாக்கில் ஏதோ பேசிக்கொள்வார்கள். வழிவழியாகப் பங்காளிக் காய்ச்சல் தொடர்ந்து வருகின்றது; நாகு அய்யருக்கு அவர்கள் நடுவில் வழங்கும் பெயர் 'விருத்த ஜாமதா' அதாவது கிழட்டு மாப்பிள்ளை; நாகு நான்காம் கல்யாணம் செய்து கொண்டது; பேத்திபோல இருக்கும் மனைவியோடு உல்லாசப் பிரயாணங்கள் போவது, சரசசல்லாபம் செய்வதெல்லாம் திண்ணை திண்ணையாகக் கேலியும் கிண்டலுமாகப் பேசப்பட்டது. அந்தப் பெண்ணுக்குக் கிடாரி என்று பெயர் சூட்டினார்கள். அவள் வீட்டை விட்டு வெளியே வருவதே இல்லை. கல்யாணம் கார்த்திகளில் கூட வந்து தலைகாட்டிவிட்டுப் போய்விடுவாள். உள்ளூர்ப் பெரிய கோயில் மீனாட்சியம்மன் கோயில்களுக்கு விசேஷ நாட்களில் தம்பதிகளாய் வண்டியில் போய்வரும் போது ஊரார்கண்ணில் படுவதோடு சரி; கல்யாணமான மறுவருசமே பாலக்காட்டுப் பெண் கர்ப்பம் தரித்தாள். மசக்கை மிகவும் படுத்திற்று; மெல்லக் குஞ்சம்மாள் முதலாளி வீட்டுக்குள் போய்வர ஆரம்பித்தாள். "கிருஷ்ணன் ஆண்பிள்ளை; அவனுக்கு இதெல்லாம் தெரியுமோ நான் போய் அந்தப் பொண்ணுக்கு வாய்க்கு வயிற்றுக்கு வேண்டியதைச் செய்கிறேன்; முதலாளிக்கு ரொம்பச் சந்தோசம்," என்று எதிர்த்த வீட்டுக்காரியிடம் சொன்னாள் குஞ்சு; விஷயம் தெருப்பூரா ஊர்ப்பூரா பரவிவிட்டது. விதம் விதமான வம்புகள்; வேடிக்கைப் பேச்சுகள். நாகு அய்யரிடமே போய்ச் சந்தோஷ சமாச்சாரம் கேட்டுப் பேசும் வயதும், உரிமையும் உடையவர்கள் வலியச் சென்று அவருடன் பேசி மகிழ்ந்தார்கள். வெளியே வந்து கிண்டல் செய்தார்கள். "அய்யர்வாள் ரொம்பமெனக்கெட்டிருக்கார்டா கோவாலி; ஆளுஉடைந்து தளர்ந்து கிடக்கார். மூஞ்சியிலே கொஞ்சம் சோகை தெரியுறது; தோள் பட்டைகள் கூடத் தொளதொளன்னு சரிந்ததுமாதிரி இருக்கு" என்று கோவாலி என்ற தெருப் பெரியவரிடம் மற்றொரு கிழவர் கவலைப்பட்டுக் கொண்டார்.

"ஏண்டா இருக்காதோ பின்னே, நாகு என்ன இன்னிக்கு நாகுவா; ஆச்சுடா இன்னும் நாலைந்து வருஷத்திலே அறுபதாம் கல்யாணம் வருதுடா அவனுக்கு... எனக்கும் அவனுக்கும்... ஆமாம் இருபது வயசுதானேடா வித்தியாசம்... ஆனாலும் இந்த வயசுல போயி... அதுசரி, வளைகாப்பு சீமந்தமெல்லாம் உண்டாமா? இல்லாமை இருக்குமா... ஜமாய்ச்சுடுவார் நாகு" என்று கோவாலி சிரித்தார். அடுத்த சில மாதங்களுக்கு வளைகாப்பு சீமந்தப் பேச்சும் சிரிப்பும் பரவின.

குஞ்சம்மாவிடம் பழகும் தெருப் பெண்மணிகள் அவள் வாயைக் கிளறினர்.

"அந்தப் பெண்ணுக்கு நெருங்கிய உறவுக்காராள் யாரோ இந்தப் பிராமணன் கழுத்தில் இதைக் கட்டிவிட்டு, பாரம்விட்டதென்று அதற்குப் பிறகு திரும்பிக் கூடப்பார்க்கவில்லை" அவளை முழுக்க முழுக்க நம்மூர் நாட்டுப் பெண்ணாக மாற்ற நான் பட்டபாடு கொஞ்ச நஞ்சமில்லை; ஒரு எழவும் தெரியாமை குதிரை மாதிரி வளர்ந்துவிட்டால் போறுமா? அட ஒரு புடவை கட்டிக்கக் கூடத் தெரியலை அதுக்கு; முதலாளி பட்டும் பனாரசும் வாங்கிக் குடுக்கிறார். பெரிய உடம்பு; மாரும் முதுகுமா பெரிய பொம்மனாட்டி அவ; எத்தனை தழைச்சுக் கட்டினாலும் கணுக்காலுக்கே வரலை புடவை, அது என்ன கழுத்தோ, அடி என்ன ஒசரம்; சங்கிலியும் அட்டிகையும் கொடியும், காசுமாலையும் போட்டுண்டாக்கூட நெறைய மாட்டேங்கறது; எட்டுக் கல் பேசரி மூக்குக்குப் போறலை. மூக்குத்தி சின்னப் பொட்டு மாதிரி ஆயிடறது; ஆனா ஜாதி வைரங்கள்... டால்வீசி நெறைக்கிறது; வைரத் தோட்டை பெரிசாவேப் பண்ணியிருந்தார் காது நிறையும்படியா. இத்தனை மாசம் ஆகிறது வயறே தெரியலையே; பாராசாரி உடம்பு; கட்டாயம் வளைகாப்பு சீமந்தம் பண்ணிக்கணும்னு சொன்னேன்; மொதலாளிக்கும் அது சரின்னு பட்டிருக்கும், இந்தப் பொண்ணுக்கு ஒட்டு உறவுன்னு யாரும் இல்லையாம். "குஞ்சு மாமி நீங்கதான் எனக்கு அம்மா, அக்கா உறவு எல்லா உறவும். ஒங்க அக்கா ஆத்துக்காரர் மேலே எங்காத்துக்காரர் மிகவும் நம்பிக்கை வெச்சிருக்கார். அவரும் சொந்தச் சொத்து மாதிரியே வஞ்சனை இல்லாமே எல்லாத்தையும் பார்த்துக் காபந்து பண்ணிச் சேர்க்கிறார் என்று அடிக்கடி என்கிட்டே சொல்லிச் சந்தோசப்படறார். ஏதோ போன ஜென்மத்து உறவு மாதிரி இருக்கு என்கிறார். உங்க அக்காவின் குழந்தைகள் எங்கள் குழந்தைகள் மாதிரித்தான். கடைசி வரை எது எப்படி இருந்தாலும் உங்க துணை எனக்குக் கட்டாயம் வேணும் என்றெல்லாம் சொல்லி என் காலைக் கட்டிக்கிறது, சின்னப் பொண்ணு தேமேன்னு பாவம்" என்று குஞ்சு மாமி அங்கலாய்த்துக் கொண்டார் எல்லோரிடமும்.

வளைகாப்புச் சீமந்தங்களைச் செய்யவேண்டுமென்று தனது இளமனைவி சொன்னது நாகு அய்யருக்கு சந்தோசமாகத்தான் இருந்தது; ஆனால் ஊரார் பரிகாசம் செய்வார்களோ என்ற எண்ணமும் தலை எடுத்தது; காரியஸ்தரோடு கலந்து ஆலோசித்தார். "உங்கள் இஷ்டப்படிச் செய்யுங்கள்" என்றார் அவர்; இரண்டு மூன்று நாள் தீவிரமாக யோசித்தபின், நாகு கட்டாயம் செய்யத்தான் வேண்டுமென்று முடிவு செய்தார். ஒரு

நாள் காலையில், இந்தத் தலைமுறையில் இந்தக் கூட்டத்திற்கே மூத்தவராய் இருக்கும் கோவாலியிடம் போனார் நாகு; சாதாரணமாக அப்படியெல்லாம் யார் வீட்டுக்கும் அவர் போவது வழக்கமில்லை. கல்யாணம் சாவு ஏதாவது நேர்ந்தால் ஒப்புக்குப் போய்விட்டு உடனே திரும்பி விடுவார். நாகு வருவதைப் பார்த்த கோவாலி "வா... வா நாகு... அத்திபூத்திருக்கிறது; வா, வா, உடம்பு ஒன்றுமில்லாமல் இருக்கிறாயா? ஏதோ மலையாள வைத்தியர் வந்திருப்பதாகக் கேள்விப்பட்டேன். மலையாள வைத்தியம் ரொம்ப உயர்ந்தது; அவார மருந்தெல்லாம் கொண்டுவந்திருப்பார், அதுசரி, ஆத்துக்காரி செளக்கியமாக இருக்காளா?

இந்த சமயத்தில் ஓடியாடி வேலைகள் செய்ய வேண்டும்; கிராமம் எல்லாம் ரொம்ப நன்னாயிருக்குன்னு கேள்விப்பட்டேன். காரியஸ்தரும் நீயும் அண்ணன் தம்பி மாதிரிப் பழகறதாகவும் கேள்விப் பட்டேன்; ரொம்ப சந்தோஷம்; அப்படித்தான் இருக்கனும்; நீயும் எப்போதாவது விசாரித்துக் கணக்கு வழக்குகளைப் பார்க்கிறது மாதிரி இருக்கனும்; அடே அவர் ரொம்ப நல்லவர்தான்; இருந்தாலும், தாயும் பிள்ளையுமானாலும் வாயும் வயிறும் வெவ்வேறே என்பார்கள். ரொம்ப சந்தோஷம்; ஏது இப்படி... எனக்கு இப்படி ஒரு கௌரவம்; நீ வரவே மாட்டாயே; நானே வந்து உன்னிடம் பேச வேண்டுமென்றிருந்தேன்; இந்தத் தீட்டுக்கட்டளை சமாச்சாரம் தீரவில்லை; நாம் எல்லோரும் சேர்ந்து பேசி, ஒரு முடிவு செய்யனும், அதுசரி நீ வந்த சமாச்சாரத்தைக் கேக்காம நான் பாட்டுக்குப் பேசிண்டிருக்கேன். சொல்லு, என்ன சங்கதி?"

கோவாலி தீட்டுக்கட்டளையில் ஆரம்பித்தது நாகுவுக்கு எப்படியோ ஆய்விட்டது; சகுனம் சரியில்லையே என்று நினைத்துத் தயங்கினார் நாகு.

அவர்கள் கூட்டம் அதாவது ஒரே வம்சத்தைச் சேர்ந்த பல குடும்பங்கள் ஊரில் இருப்பதையும், இவை பெருகிப் பெருகி இன்னும் அதிகமாகும் என்பதையும் யோசித்து, இரண்டு மூன்று தலைமுறைகளுக்கு முன்னால் ஓர் ஏற்பாடு செய்தார்கள் முன்னோர்கள். யாராவது தாயாதி பங்காளி செத்துப்போனால் எல்லோருக்குமே பத்து நாள் மூன்று நாள் என்று சாதீட்டு வந்துவிடும். அவரவர்கள் வீட்டில் சமையல் சாப்பாடு நடப்பது சற்று சிரமமாகும். அந்தக் கஷ்டம் இல்லாமல் அந்தத் தீட்டு நாட்களில் தீட்டுப் போகும் வரையில் ஒரு பொது இடத்தில் சமயற்காரர்களை வைத்து எல்லோரும் சாப்பிட வசதி செய்யும் ஏற்பாடு அது. தெருவிலேயே ஒரு மனையில் அதற்கென்று ஒரு

வீட்டைக் கட்ட வேண்டும், அங்கே பாத்திரம் பண்டங்கள் இருக்கும். தீட்டு வந்தால் அங்கே சமையல் சாப்பாடு நடக்கும். வருஷத்துக்கு வேண்டிய நெல்லும் அங்கே பத்தாயத்தில் சேமித்து வைக்கப்படும். இதற்காக எல்லாரும் பங்கு கொடுத்து பத்துமா நிலத்தை வாங்கிவைக்க வேண்டும் என்று முடிவு செய்து அதுபோல் செய்தும் விட்டிருந்தார்கள், கட்டளைக் கொட்டகை என்று அந்த வீட்டுக்குப் பெயர். தெரு நடுவில் இருந்தது, அறைகள் ஏதும் இல்லாமல், ஒரே ஒரு தாவாரத்துடன் பெரிய கசாலை (சமையலறை) அதற்குள் மட்டும் தனியாய் உக்கிரணஉள் ஒன்றுடன் கட்டியிருந்தனர். இதன் நிர்வாகம் மட்டும் இரண்டு வருஷம் ஒரு குடும்பம் நடத்தும், அதற்கடுத்த முறை மற்றொரு குடும்பம் நடத்தும். குடும்பங்களின் வரிசை வம்சாவழியின் மூத்த குடும்பத்திலிருந்து ஆரம்பித்துத் தொடர்ந்துவரும் இந்தக் கூட்டத்தின் 'வம்சவிருக்ஷம்' (வம்சமரம்) ஒன்று சில குடும்பங்களில் பாதுகாக்கப்பட்டு வருகிறது. மரம்போல் வரைந்து, கிளைகள் அவற்றின் கிளைகள் அவற்றின் கிளைகள் என்று பெயர்களுடன் காட்டும் முறை இது.

போனதலைமுறை வரை அந்தத் திட்டம் நன்றாகவே நடந்து வந்திருக்கிறது. அப்போது ஏற்பட்ட ஏதோ தகராறு சர்ச்சையில் நின்று போய்விட்டது. இரண்டு வருஷத்திற்கொருமுறை நிர்வாகப் பொறுப்பு வெவ்வேறு குடும்பங்களுக்கு வரும் வழக்கம் மட்டும் தொடர்ந்தது; ஏதோ பேருக்குக் கோயில் குளங்களுக்கென்று தர்மம் செய்வதாகக் காட்டி அந்தக் குடும்பமே வரும்படியை அநுபவித்து வந்தது. ஒழுங்கான கணக்குக் கிடையாது, யாரையார் கேட்பது, மேலும் ஒரே ஊரில் கட்டுக் கோப்பாய் வாழ்ந்த குடும்பங்கள் பிரிந்து சிதறி வேறு ஊர்களுக்கு – ஜில்லாவிட்டு ஜில்லா கூடப் போய்விட்டிருந்தார்கள். நாகு அய்யர் முறை இந்த வருஷம். ஐசாபைசா குறையாமல் சற்றுக் கூடுதலாகவே செலவு செய்து கோவிலுக்குச் செய்து, ஆற்றங்கரை குளத்தங்கரை படிக்கட்டு, மடம், சாவடிகளைப் பழுது பார்த்துக் கணக்கும் வைத்திருந்தனர்; அதை அச்சிட்டு மற்ற குடும்பங்களுக்கும் அனுப்பியிருந்தார்; ஆனால் கட்டளைக் கொட்டகை பலவருஷங்களாகப் பூட்டிக்கிடந்து, சுவர் வீழ்ந்து பத்தாயமெல்லாம் கரையான் பிடித்துப் பல வருஷங்கள் ஆகிவிட்டன. அதில் இருந்த பாத்திரம் பண்டங்கள் என்ன ஆயிற்று என்று யாருக்கும் தெரியவில்லை. கோவாலியிடம் அதைப்பற்றி அவர் கேட்டதுண்டு எப்போதோ, அதனால்தான் அதைப் பற்றிப் பேச்செடுத்தார்.

'தயங்கிய நாகு' சரி அதனாலென்ன... நாம் அந்த சமாசாரத்தை அதற்காகச் சொல்லாமல் போவது சரியில்லை; அதை கோவாலியும் கேட்காமல் விடமாட்டார். சொல்லிவிட்டே

போவதுதான் சரி, என்று தீர்மானித்துக் கொண்டு, எழுந்து நின்று, இடுப்பில் மேல் வேஷ்டியைச் சுற்றிக் கொண்டு; "அண்ணா, மன்னியையும் கூப்பிடுங்கள்; நமஸ்காரம் பண்ணணும்" என்றார்.

"என்னடா இது, ஆவணியாவட்டமா, தீபாவளியா இப்போ எதுக்கு... யார்ரீது... இங்கே வா சத்தே, நாகு கூப்பிடறான்" என்று மனைவியை கூப்பிட்டார்.

கோவாலியின் மனைவி எழுபது வயதுக் கிழவி, ஒரு கூனல் கோணல் இல்லாத தங்க நிறத்து உடம்பு, பட்டுப் புடவை, பட்டு ரவிக்கை, கால் உருட்டுகள் நழுவ, திரைத்துச் சுருங்கிய மஞ்சள் கால்கள் தரையில் பதிந்து பதியாமலும், மேல் தலைப்பைச் சரி செய்து கொண்டு, மூக்குக்கண்ணாடியைத் தூக்கி விட்டுக் கொண்டு வந்தாள். கைநிறைய வளையல்களும், மெட்டிக்கொலுசும் நழுவி விழும் போலச் சரிந்தன; காதுத் தோடுகள் தொங்கலாடின. மூக்குத்திச்சுரைகள் வெளியே தெரிந்தன. ஒட்டி உலர்ந்திருந்தாலும் ஒளிவீசும் முகம்; மஞ்சளும் குங்குமமும் பளிச்சிடக் கோவாலியின் இடப்புறத்தில் வந்து நின்றாள். நாகு நமஸ்காரம் செய்தார். கோவாலியும் ஆசீர்வாதம் செய்தார்.

"அண்ணா வளைகாப்பு சீமந்தம் வருகிறது; நம்ம கூட்டத்துக்கே பெரியவன் நீ; நடத்திக் கொடுக்கனும்... மன்னீ நீங்க வந்து ஆசீர்வாதம் பண்ணனும்."

"ஆகா, அதுக்கென்ன சுபகாரியம் பேஷா வரேன்..."

"ரொம்ப யோசிச்சேன் எங்கேயாவது ஷேத்திரத்திலே சுவாமி சந்நிதியிலே போய்ச் செய்துடலாமான்னு நினைச்சேன்; அப்படி வழக்கம் இல்லையேன்னும் தோணித்து, அப்புறம் திருக்களாவூர்லே நம்ம சம்பந்தியாத்திலே வெச்சிக்கலாம்னு தீர்மானிச்சேன்; அப்புறம் அதுவும் சரின்னு படலே; நம்ம பந்து ஜனங்கள் எல்லாரும் வரணும்னு ஆசை. அதனாலே இங்கேயே நடத்திப்பிடறதூன்னு..."

"அதுதான் நல்ல யோசனை; பீடாபரிகாரமா இருக்கும்," வேணும்னா சம்பந்திகிட்டே சொல்லி ஒரு நாளைக்குத் திருக்களா ஊர்லே அம்மனுக்கு அபிஷேகமெல்லாம் செஞ்சிட்டு வரலாம். நாளெல்லாம் பார்த்தாச்சா; வளைகாப்பு என்னிக்கு, சீமந்தம் என்னிக்கு!"

"அடுத்த வாரம் வெள்ளிக்கிழமை சுமங்கலிப் பிரார்த்தனை, சனிக்கிழமை சமாராதனை, ஞாயிற்றுக்கிழமை வளைகாப்பும்

சீமந்தமும். வந்து இருந்து நடத்தித்தரனும், நேரே வந்து அழைச்சுக் கேட்டுக்கணும்னு தான் நானே வந்தேன்; நான் வரட்டுமா?"

உள்ளே கோவாலியின் மாட்டுப் பெண்களின் கலகலப்புக் கேட்டது; ஒருத்தி காபி கொண்டு வந்துவைத்தாள்; மற்றொருத்தி வெள்ளித் தட்டில் சர்க்கரை கல்கண்டும் மலை வாழைப்பழமும் கொண்டு வந்தாள்.

நாகு, வேண்டாமென்று மறுத்தார்; அண்ணாவும் மன்னியும் வற்புறுத்தினார்கள்; ஒரு பழம் தின்று காப்பி குடித்தார் நாகு. மறுபடியும் சொல்லிக் கொண்டு கிளம்பினார்.

"பாவம், பழம் புழிஞ்சாப்போலே ஆயிட்டாரே" என்றாள் மன்னி. அப்போது மறுபடியும் உள்ளேவந்த நாகு, "மன்னி சுமங்கலிப் பிரார்த்தனைக்கு முதல் நாளே நீங்க வந்து நம்மாத்து சம்பிரதாயங்கள், பொண்டுகள் எத்தனைபேர், என்னென்ன செய்யனும்னு சொல்லனும்; கூடவே இருந்து எல்லாத்தையும் நடத்திவைக்கனும்; அது சிறுசு ஒன்னும் தெரியாது; நீங்க தான்," என்று கேட்டுக் கொண்டார்.

மன்னியும் கோவாலியைப் பார்த்துக் கொண்டு அவரிடம் பேசுவது போல் நாகுவுக்குச் சொன்னாள், ஆகா, அப்படியே ஆகட்டும்; தெய்வகாரியம், நம் எல்லாருக்கும் பொதுவான பொண்டுகள் அந்தத் தெய்வங்கள்; கட்டாயம் வரேன். குஞ்சுதான் இருந்தாளே ரொம்ப கெட்டிக்காரியாமே, வில்லாறி வில்லி என்று எல்லாரும் சொல்றாளே, எல்லாம் நன்னா நடக்கும்; கவலைப்பட வேண்டாம்னு சொல்லுங்கோ" என்று.

"அப்போ நான் வரேன்" நாகு கிளம்பினார்.

திருக்களாவூர் சம்பந்திக்கு நேரே போய்க் கல்யாணம் சொல்லித் தன் பெண்ணையும் அழைத்து வரச்சொல்லிக் காரியஸ்தரை அனுப்பினார்; சம்மந்தியும் மிகவும் சந்தோசப்பட்டுக் குடும்பத்தோடு கிளம்பி வந்து சேர்ந்தார். சம்பந்தி அம்மாளும் சம்பிரதாயம் தெரிந்தவள். பிள்ளைகளுக்கும் குடும்பத்துடன் வந்து சேர வேண்டும் என்று அவசரமாய்க் கடிதம் எழுதினார், ஆனால் அவர்கள் யாரும் வரவில்லை.

வெள்ளி, சனி, ஞாயிறு மூன்று நாட்கள் வீடு திமிலோகப் பட்டது; ஊர்ச் சாப்பாடு, கோயில்களில் விசேஷ அபிஷேகங்கள்; சீமந்தத்தன்று மேளக் கச்சேரி; பாட்டுக் கச்சேரி ஏக அமக்களம் நடந்து ஓய்ந்தது; திருக்களாவூர் சம்பந்தி குடும்பமும், நாகுவின் பெண்ணும் ஐந்தாறு நாட்கள் இருந்துவிட்டுப் போனார்கள். அந்த நாட்களில் சம்பந்தியைத் தேடிக் கொண்டு கண்டியூரிலிருந்து

ஒரு நடுத்தர வயது 35 – 40 இருக்கலாம் மிராசுதார் வந்தார்; அவர் பெயர் கோபால ராசாளியார் கண்டியூர் திருவையாறு சுற்று வட்டத்தில் அவர் பெயரைக் கேட்டாலே அழுத பிள்ளை வாய் மூடும் என்பார்கள். பொல்லாத அடியாள்; தனக்கு ஐந்து வேலி நிலம் இருப்பதாகச் சொல்லிக் கொண்டார்; ஆளும் நல்ல கட்டுமஸ்தான ஆள்; கறுப்புத்தான் என்றாலும் நல்ல வசீகரமான தோற்றம்; பட்டு ஜிப்பா–பட்டு வேஷ்டி; கையில் சிங்கப்பூர் கடிகாரம்; மீசை இல்லை என்றாலும் பார்ப்பவர்களைச் சற்று அச்சத்துடனேயே எதிரில் நிற்கக் கூசி ஒதுங்கச் செய்யும் முகம்; அவரை நாகுவுக்கு சம்பந்தி அறிமுகம் செய்து வைத்தார். கண்டியூர்ப் பக்கம் இருக்கும் நிலம் ஒன்று விலைக்கு வருவதாகவும், தென்னந்தோப்பு, சிறுகுட்டை–களமடிக்கும் திடல் சேர்ந்த பங்கு, இரு போகஸ்தலம் வாழை போடாமல் ரொம்ப காலமாக நஞ்சையாய் இருப்பது, அந்தப் பங்கில் தாயும் சேயும் மாதிரி, நாற்றங்காலும் வயலும் பக்கத்தில் இருக்கிறது. அளந்து கட்டிப் பார்த்தாகிவிட்டது. இரண்டு வேலியும் சொச்சமும் இருக்கிறது; அக்கம் பக்கத்தில் குழி அஞ்சு, ஏழு எட்டுன்னு பல படியா நிலவரம் இருக்குது.

நான் இதுலே தலையிட்டு சல்லிசா ஐயாவுக்கு முடிச்சுத் தரேன்; சம்மந்தி சொன்னாங்க... நீங்க திருவையாத்திலே இருந்து காவேரியில் குளித்து முழுக வேண்டுமென்று ஆசைப்பட்டீர்களாம். அதுக்கும் தோதா ரொம்ப சீப்ரேட்டிலே ஒரு வீடும் பேசி வெச்சிருக்கேன். அய்யா மனசு குளிரனும் உங்களைப் போல இருக்கிறவங்களுக்கு ஒதவி ஒத்தாசை பண்றதுதாங்க எனக்கு ரொம்பப் பிரியம்!! என்றெல்லாம் நீட்டி முழக்கி இழுத்தார் ராசாளி.

திருவையாறு பூ கைலாசம், பஞ்ச நதஷேத்திரம் மகாபுண்ணியத்தலம், கடைசிக் காலத்தில் அங்கேபோய் வாசம் செய்ய வேண்டுமென்று நாகு அய்யருக்கும் ஆசை இருந்தது; சம்பந்தி சிபார்சு செய்கிறார் வாங்கிப் போடுவோம்னு நினைத்தார். சரி செய்வோம், ஆனால் விலைரொம்ப அதிகமாயிருக்கே, இப்போல்லாம் நிலம் நீச்சு மார்க்கெட் ரொம்ப சம்பல், எவ்வளவுதான் நல்ல நிலம் என்றாலும் பொன் போட்டால் பொன்விளையும் குடமுருட்டிப் பாசனத்திலேகூட இவ்வளவு விலை இல்லை என்று பேசிக் கொள்கிறார்களே” என்றார் நாகு.

“அய்யாகிட்ட நான் பொய்யா பேசப் போறேன், கண்டியூர், கல்யாணபுரம் பங்கெல்லாம் நீங்க சொல்றதை விடரொம்ப ஒசத்திங்களே அயனை பங்குங்க. சரி கால் அரை தள்ளி முடிச்சுக்குங்க, தாமசமே வேண்டாம், போட்டி ஜாஸ்திங்க,

நாட்டுக் கோட்டைச் செட்டிமாருங்க வந்து ஸ்தலத்தைப் பார்த்தாங்கன்னு கேள்வி. ஆனால் நம்ம மீறி ஒரு பயலும் அதை விலை பேச முடியாதுங்க, இன்னும் பத்தே நாள்ளே ரெஜிஸ்தர் ஆயிடுங்க. கொஞ்சம் அட்டுவான்சு கொடுத்து அக்கிரிமெண்ட் செய்துடனும் இப்போ" என்றார் ராசாளியார்.

"அதுக்கென்ன செஞ்சுட்டாப் போச்சு, சின்னசாமி இவர்கிட்டே இரண்டாயிரம் கொடும்," என்றார் நாகு.

காரியஸ்தர் தன் பீரோக்கள் இருக்கும் தட்டிகள் வைத்துத் தடுத்த கூடத்துக்குப் போய் பணம் எடுத்து வந்து கொடுத்தார். ராசாளியிடம் கொடுக்காமல் சம்பந்தியிடம் நீட்டினார்.

"ராசாளியாரிடமே கொடுங்கள்; லக்ஷ ரூபாய்க்கு மதிக்கலாம் அவரை" என்றார் சம்பந்தி.

"அதனால் என்ன நீங்களே கொடுங்களேன்" என்றார் காரியஸ்தர்; பணம் கைமாறிற்று.

"அந்த வீட்டு சமாசாரமும் கவனிக்கணுமே" என்றார் நாகு.

"கவனிக்கிறது என்ன? முடிச்சாச்சுன்னே வெச்சிக்குங்க, அதற்கும் ஒரு அட்வான்சாக ஐநூறு தந்தீங்கன்னா" என்றார் ராசாளி.

"அதுவும் சரிதான்." என்று காரியஸ்தரைப் பார்த்தார் நாகு, அவரும் உடனே மறுபடியும் போய் பீரோவைத் திறந்து பணம் எடுத்துக் கொண்டு, கூடவே 'கண்டியூர் பங்கு, திருவையாறு வீடு இரண்டும் கிரயம் செய்யும் வகையில், நாளது வருஷம் மாதம் தேதியில் கண்டியூர் மகாராஜ ராஜஸ்ரீ கோபால ராசாளியார் வசம் கொடுத்த ரூபாய் 2,500/– இந்த ரூபாய் இரண்டாயிரத்து ஐநூறுக்கும், என்று ரசீது எழுதிக்கொண்டு வந்து, அதையும் பணத்தையும் தன் முதலாளியிடம் கொடுத்தார்.

"கண்ணாடி இல்லை, இதென்னா கடுதாசு?" என்று கேட்டார் நாகு.

"சும்மா ஒரு ரசீது. கணக்கில் குறிக்க" என்றார் காரியஸ்தர். அதை வாங்கி ராசாளியார் படித்தபோது மசியில் தோய்த்த பேனாவையும் நீட்டினார் காரியஸ்தர்.

"இது அவசியம் வேணுங்களா. நல்லவனுக்கு இது வேண்டாம், பொல்லாதவனுக்கு இது இருந்தும் பிரயோசனமில்லை சாமி" என்று சிரித்துக் கொண்டே கிறுக்கலும் கீறலுமாய் கையெழுத்துப் போட்டுக் கொடுத்தார் ராசாளி.

“சொத்துலே ஏதாவது வில்லங்கம், சாட்டுதல் மாட்டுதல் இருக்கான்னு தெரிஞ்சிக்கணுமே. பின்னால் ஏதாவது தகராறு வந்தால் கஷ்டமாச்சே” என்றார் சின்னசாமி.

“அதெல்லாம் இருந்தா அந்த மாதிரி வெவகாரத்திலே உங்களை மாட்டிக்க வைக்க மாட்டேங்க. அதுக்கெல்லாம் வேறே எடம் உண்டுங்க. நான் போக்கிரிக்கு போக்கிரி, நல்லவங்களுக்கு நல்லவன் மயிரிழையிலே கட்டுப்பட்டு நிப்பேனுங்க, மனசு இல்லாட்டீ யானைச் சங்கிலி போட்டுக் கட்டினாலும் நம்பளைக் கட்ட முடியாதுங்க. உங்க சம்பந்தி அய்யாவைத் தனியா வெசாரிச்சுப் பாருங்களேன், இந்த ராசாளி, யாரு, எப்படிப்பட்டவன்னு; கவலையேபடாதீங்க இன்னும் ஏழெட்டு நாளுக்குள்ளே திருவையாறு சப்ரிஜிஸ்தர் ஆபிசிலே சாசனம் ரிஜிஸ்தர், இது நிச்சயம் நானே நேர்லே வர்றேன், இல்லாட்டீ நமுதான பேர் வழியா ஒரு ஆளை அனுப்பறேன் வந்து சேருங்க. ராசாளி விடை பெற்று சென்றார். சம்பந்தியும் குடும்பத்தோடு ஊருக்குப் போனார். அந்தப் பெண் கமலி தன் சிறிய தாயாரிடம் சொல்லிக்கொண்டு கை நிறைய மஞ்சளும் வெற்றிலை பாக்கும் பழமும் ரவிக்கைத்துண்டும் நிறையப் பணமும் வாய் நிறைய வெற்றிலை சீவலுமாய்ப் புறப்பட்டாள். அப்போது, பக்கத்தில் இருந்த குஞ்சு மாமி, “சுருக்க வளைகாப்பு சீமந்தம் பண்ணிக்கோடி பெண்ணே, சமத்தாய் இருக்க வேண்டாமோ” என்று பெண்ணின் கன்னத்தில் செல்லமாகத் தட்டினாள்.

வீடு திமிலோகப்பட்டு ஓய்ந்தது, நாகுவுக்கும் வீட்டிற்குள்ளே தான் என்றாலும் அலைச்சல், நிம்மதியாய் உட்கார, படுக்க முடியவில்லை. வருகிறவர்களும் போகிறவர்களுமாய் இருந்தது நான்கு நாட்களாக. ஏற்கனவே உடல் நலம் குறைந்து இளைத்து வெளுத்திருந்த நாகு இந்த நான்கு நாட்களில் மிகவும் சோர்ந்து போயிருந்தார். மலையாள வைத்தியர் வந்து ஆரம்பித்திருந்த சிகிச்சை தீவிரமாக மறுபடியும் தொடங்கிற்று. கிழங்கும் பாதாம் பருப்பும் வேறுபல மருந்துச் சாக்குகளும் சேர்ந்த லேகியம் தயாராயிற்று, சில ஆஸவங்கள் வைத்தியரே கொண்டு வந்திருந்தார். ரத்த சோகை வந்திருந்தது, தங்க பஸ்மம் தயாரிக்க வேண்டு மென்றார், புதையல் எடுத்த தங்கக்கட்டியில் மீதியிருந்ததைக் கொடுத்தார் நாகு. வைத்தியருக்கு மிகவும் ஆச்சரியமாகவும் சந்தோசமாகவும் இருந்தது. வியப்புக்குக் காரணம் அந்தத் தங்கத்தின் அருமையான மாத்து.

சந்தோசத்திற்குக்காரணம் அதில் கணிசமான பாகத்தை மறைத்து விடலாம் என்பது; பஸ்மம் மிக்க பிரயாசையுடன் தயார் செய்யப்பட்டது, முதல்தடவை பக்குவம் மாறிவிட்டதென்று

மிகவும் வருத்தப்பட்டார் வைத்தியர். இனிமேல் தங்கம் இல்லையே என்று நாகு கவலைப் பட்டார் முழுதும் வீணாகவில்லை என்றும் பாக்கிவைத்திருப்பதாகவும் சொல்லி மறுபடியும் தயார் செய்தார். இந்தத் தடவை மிகவும் நன்றாக அமைந்துவிட்டதென்று சொல்லி நாகுவுக்குத் தெம்பளித்தார், தங்க பஸ்மம் சாப்பிட ஆரம்பித்ததும் உடம்பு தேற ஆரம்பித்தது, இன்னும் பல வருஷங்களுக்குச் சாப்பிடக்கூடிய அளவுக்கு செய்திருப்பதாகவும், காப்பாற்றி வைத்துக் கொள்ளவேண்டுமென்றும், இப்போதைக்கு ஒரு மண்டலம் (நாற்பத்தைந்து நாட்கள்) பஸ்மம் சாப்பிட்டு நிறுத்திவிட வேண்டும் என்றும் பிறகு ஆறுமாதங்களுக்குப்பிறகு மறுபடியும் சோகை மாதிரி அடையாளங்கள் தெரிந்தால் சாப்பிடலாம், இல்லாவிட்டால் ஒரு வருஷம் கழித்துச் சாப்பிட்டால் போதும் என்று வைத்தியர் சொல்லிவிட்டார். லேகியம் சூர்ணமெல்லாம் எப்படி எப்படிச் சாப்பிட வேண்டுமென்றும் திட்டவட்டமாகச் சொல்லிவிட்டு மலையாளத்துக்குப் போய்விட்டார். நாகு மிகவும் சந்தோசத்துடன் மருந்துகள் சாப்பிட்டுக் கொண்டு குழந்தை பிறப்பதை எதிர்பார்த்துக் கொண்டு காத்திருந்தார். ஆண் குழந்தை பிறந்தது, ஏகதடபுடலாய் அது கொண்டாடப்பட்டது, சீனிவாசன் என்று பெயர் வைத்தார்.

குஞ்சுமாமிதான் டாக்டர், நர்ஸ், ஆயா எல்லாமாக இருந்து பிரசவம் பார்த்தாள், பத்தியம் போட்டாள், குழந்தையைக் குளிப்பாட்டினாள், தனக்குத் தங்கை தமக்கை இல்லாத குறை குஞ்சம்மாவால் நீங்கிவிட்டது என்று நாகு சந்தோசப்பட்டார், இப்படிப் பெரிய உபகாரம் செய்யும் குஞ்சுமாமிக்குக் கைமாறாக என்ன செய்வது என்று யோசித்தார், ஆனால் அவள் தனக்கு ஒன்றும் வேண்டாம், முதலாளி குடும்பம் வேற தன் குடும்பம் வேறேன்னு நினைக்காமல் உழைக்கிறார் என் அக்கா புருஷன். நீங்களும் அவரைத் தம்பி மாதிரித்தான் நினைக்கிறேள். இதெல்லாம் செய்யறது எனக்குக் கடமை" என்றாள் குஞ்சம்மா.

"அதெல்லாம் சரி, நூற்றுக்கு நூறுசரி. இருந்தாலும் எனக்கும் கடமைன்னு ஒண்ணு உண்டோல்யோ. ஆயிரம் ரூபாய் தரப்போகிறேன், சின்னசாமியிடம் கொடுத்து பேங்கிலே போடச் சொல்லுங்கோ, உங்களுக்கு எப்போ தோன்றதோ அப்போ காசிக்குப் போய் வந்துடுங்கோ" என்று அந்தப் பணத்திற்கு உடனே ஏற்பாடு செய்யச் சொல்லித் தன் மனைவியிடம் கொடுத்து, நமஸ்காரம் பண்ணச்சொல்லி அதை குஞ்சம்மாவிடம் கொடுக்கச் செய்தார் நாகு.

தாய்ப்பால் நிறையவே இருந்தது, குழந்தையும் பெரிய குழந்தை, நன்கு வளர்ந்தது, நாகு இரண்டே மாதத்தில் சோகை

நீங்கிப் பருவ மலர்ச்சி பெற்றுவிட்டதைப் போல் ஆனார்! பிள்ளைத்தாச்சியைச் சுற்றிச் சுற்றி வர ஆரம்பித்தார் "பச்சை உடம்பு, குழந்தைக்கும் கெடுதல்" என்று குஞ்சம்மா சொல்லிக் கொடுத்தாள், இரவில் தானும் சென்று அந்தப் பெண்ணருகே படுத்துக் கொண்டாள். ஆரம்பத்தில் இது சரிதான் என்று பட்டது நாகுவுக்கு, ஆறே மாதம், பிறகு பொறுக்க முடியவில்லை அவரால், தங்க பஸ்மம் செய்தவேலை. மெல்லக் குஞ்சம்மாவை அப்புறப்படுத்தினார். சின்னசாமி அய்யர் வரைக்கும் இந்தச் சேதி போய்விட்டது. அவரும் குஞ்சம்மாவை மிகவும் கடிந்து கொண்டார்.

நாகு அய்யருக்கு அகாலத்தில் வந்த பசி கோரமான பசி ஆயிற்று, குழந்தை சீனிவாசனுக்கு ஐந்து வயது ஆவதற்குள் அவனுடைய அம்மாவுக்கு அடுத்தடுத்து இரண்டு மூன்று 'அபார்ஷன்'கள். மூன்றாவது தடவை ரொம்ப மோசமாய்விட்டது. தஞ்சாவூர் ஆஸ்பத்திரியில் சேர்த்தார்கள். கர்ப்பப்பையையே அகற்றினாலொழிய உயிருக்கே ஆபத்தென்றார்கள், அகற்றியும் விட்டார்கள். அவளுக்கு உடம்பு தேறும் வரையிலும், முடிந்தால் அதற்குப் பிறகும் திருவையாற்றில் போய்த் தங்க நினைத்தார் நாகு, அவருக்கும் உடம்பு சரியில்லை, பழையபடி ரத்த சோகை, கைகால்களில் வீக்கம், முகம் மிகவும் வெளுத்துவிட்டது.

திருவையாற்றில் ராசாளியார் மூலம் வாங்கின வீடு, புஷ்ப மண்டபத் துறைக்கருகில் இருந்தது, யாரோ குடியிருந்தார்கள். அவர்களைக் காலி செய்யச் சொல்லியனுப்பினார் நாகு. அவர்கள் ஐந்தாறு மாதம் கழித்துக் காலி செய்வதாகச் சொன்னார்கள். ராசாளியை இந்த நாலைந்து வருஷங்களில் இருமுறைதான் சந்தித்திருந்தார் நாகு. ஏகவிலை கொடுத்து வாங்கிய நிலத்திலிருந்து இன்னும் காலணா பணமோ, மரக்கால் நெல்லோ வரவில்லை, வீட்டு விஷயத்திலும் அப்படி ஏதாவது தகராறோ என்று சந்தேகப்பட்டு, நேரிலேயே ராசாளியை கேட்டபோது, ஒரே ஒரு தடவை நூறு ரூபாய் வரவு வைத்தான். வரி, மராமத்துச் செலவு என்று ஏதோ தப்புக் கணக்கெல்லாம் சொல்லி வைத்தான், வீட்டுக்கு வாடகை மாதம் பதினைந்து ரூபாயென்று பெயர் தானே ஒழிய கணக்கு வருவதில்லை. சின்னச்சாமி அய்யர் நேரில் போய் விசாரித்தபோது, குடியிருந்தவர் ராசாளியாரிடம் முன் பணமாகவே நிறையக் கொடுத்துவிட்டதாகவும், வீட்டை விரைவில் அவருக்குக் கிரயசாசனம் செய்து விலைக்குக் கொடுத்து விடுவதாகவும் ராசாளி சொல்லியிருப்பதையும் கேள்விப்பட்டு திகைத்துப் போனார்.

பிறகு தில்லைத்தானம் ராசு என்பவரிடம் இதைப் பற்றி விசாரிக்கலாம் என்று போனார். அவரைச் சின்னச்சாமி

அய்யருக்குத் தெரியும், ராசுவுக்கு அந்தப் பக்கத்தில் "பாப்பார அடியாள்" என்று பெயர், குத்து கொலையெல்லாம் அவருக்குத் தண்ணீர்ப் பட்ட பாடு என்பார்கள், இந்த அழகில் காங்கிரஸ்காரர், கதர் அணிபவர், ஏதோ கொஞ்சம் சொத்து உண்டு. குழந்தைக்குட்டி கிடையாது, பக்கத்துக் கிராமங்களில் சண்டை சச்சரவு, வம்பு தும்பு விவகாரம் வியாஜ்யம் ஏற்பட்டால் இவர் மத்தியஸ்தம் பேசித் தீர்த்து வைப்பார். ஐந்தடியே உள்ள குள்ளமான ஆள், அவ்வளவாக பருமன் என்று சொல்ல முடியாது, இடுப்பில் எப்போதும் பிச்சுவா வைத்திருப்பார், தேவர், வாண்டையார், உடையார், மூப்பனார் குடும்பங்களுடன் நெருங்கிப்பழகி அவர்களுடைய அந்தரங்க ரகசியங்கள் பலவற்றையும் அறிந்தவர், அவர்களுடன் அடிக்கடி சென்னை போய் வருவார்! அவர்களுக்கு இன்பங்களைத் தேடித் தருவார். ஆகவே அவர்கள் தரும் வர்த்தனை – அதாவது வருஷா வருஷம் பொங்கல், தீபாவளி, அவர்கள் ஊர்களில் கிராம தேவதைகளின் திருவிழாப்போன்ற சமயங்களில் இவருக்கு அவர்கள் தரும் வாடிக்கையான பணம் முதலியவை உண்டு. அவர் இல்லாத இடத்தில் அவரைப் பற்றி மிகவும் துச்சமாகப் பேசும் வீரதீரம் படைத்த முக்கிலத்தோர் பலரும், அவரை நேரில் கண்டால் சிரித்துப் பணிந்து பேசுவார்கள்.

ராசு சின்னச்சாமி அய்யருக்குச் சொன்னது அதிகமாக திகைக்கவைத்தது. கையில் தேறிய ரொக்கம் போதாமல் ஆடி அரவட்டையில் விலை கூடும்போது விற்கலாம் என்று கட்டிவைத்திருந்த சேர்களிலிருந்து பவுன்மாதிரியான நெல்லை எடுத்து விற்றுப் பணம் கொடுத்ததை நினைத்துக் கொண்டு மிகவும் சங்கடப்பட்டார், ராசு சொன்னார் "ராசாளி ஒரு போக்கிரி அவன் ஸில்க் ஜிப்பாவையும், ஸில்க் வேஷ்டியையும் பார்த்து ஏமாந்து விட்டீர்கள். ஆனா இதுவே ஒரு நல்லது, நிஜமாகவே அவன் உங்களுக்கு நிலமும் வீடும் சாசனம் பண்ணிக் கொடுத்தது ரொம்ப ஆச்சரியம், என்னிக்கிருந்தாலும் சட்டப்படி அதுகளைக் கைப்பற்றிவிடலாம், ஆனால் ரொம்பக் கஷ்டம், அடிதடீன்னு வரும், ஒரு மாதிரியா 'ஸெட்டில் பண்ணலாம்' ஆனா அப்புறமும் அவன் தயவு இருந்தாத்தான் ஏதாவது உருப்படியா நெல்லைப் பார்க்கலாம். அவன் உங்களுக்குக் கொடுத்த நிலம் அவன் பொண்டாட்டி பேர்லே இருந்தது, பண்டாரத்தார் கொலைக் கேசிலே, இவன் மாட்டிண்டான் பத்து வருஷத்துக்கு முன்னாடி, அப்போ இவனை ரொம்ப நிர்ப்பந்தப்படுத்தி அதை எழுதி வாங்கிண்டா அவ, கேசு முடிஞ்சு, இவன் தப்பிச்சு வந்த போது, பாக்கியிருந்த இவன் நிலமெல்லாம் போயிடுத்து, அப்புறம் இப்படி ஏதாவது பேத்துமாத்து பண்ணிண்டே அரிவாளைக்

காட்டிப் பயமுறுத்தி ஊரை ஏமாத்திண்டிருக்கான், உங்களுக்கு அவன் ஒழுங்கா நெல் அளக்கமாட்டான், நீங்க பக்கத்துலேயே திருவையாத்துக்கு வர்றதையும் அவன் தடுக்கப் பார்த்தாலும் பார்ப்பான். சரி, இருக்கட்டும் இன்னும் ஒரு ஆறுமாசம் விட்டுப் பிடிங்கோ, இப்போ என்கிட்டே மாட்டிண்டிருக்கான் ஒரு சமாச்சாரத்துலே, அவன் கொட்டத்தை அடக்கி விடுவேன் கட்டாயம், மொதல்லே திருவையாத்து வீட்டை வசப்படுத்தணும். குடியிருக்கிறவர்கிட்டே ராசாளி வாங்கியிருக்கிறது எவ்வளவுன்னு தெரிஞ்சுக்கோங்கோ, அப்புறம் வீட்டைக் காலிப் பண்ணப் போறீரா இல்லே சட்டி பானையெல்லாம் தெருவிலே கிடக்கனுமான்னு கேட்பேன், என் குரலே போதும் அவருக்கு பாவம் அவர் பள்ளிக்கூட வாத்தியார், புள்ளைகுட்டிகாரர், மொதல்லே ஒண்ணும் கிடையாதுன்னு சொல்லணும். அப்புறம் படிக்குப் பாதியாவது கொடுத்துக் கிளப்பணும், அடே எப்படியும் ஒரு ரண்டு மூணுமாசம் டயம் கொடுத்துத்தான் புடிக்கணும். உங்க முதலாளி வந்து இங்கே குடியேறட்டும், அப்புறம் நிலத்தைப் பத்தி கவனிப்போம். என்னவோ உங்க நல்லகாலம் நிலத்துலே வில்லங்கம் இல்லை. ஆனா முழுக்க அவன் நெல் அளப்பான் என்று எதிர்பார்க்கவே கூடாது. நான் இதுலே தலையிட்டிருக்கேன்னு தெரிஞ்சாலே போதும் அவன் தானா வழிக்கு வந்திடுவான். எதுக்கும் நான் நேரே வந்து உங்க முதலாளிகிட்டே பேசறேன்" என்றார். தில்லைத் தானத்து ராசு.

ஆகவே திருவையாற்று ஜாகை இப்போதில்லை என்று தீர்மானிக்கப்பட்டது. நாகு உடம்பு வரவர மோசமாகிக்கொண்டிருக்கிறது. மலையாள வைத்தியருக்கு எழுதினார்கள். பதிலே இல்லை. பிறகு போட்ட கடிதங்கள் திரும்பி வரவும் ஆரம்பித்தன. நாகு ரொம்ப ஆசாரக்காரர். இங்கிலீஷ் மருந்தே சாப்பிடமாட்டார். தவிரவும் பல வருஷங்களாக நாட்டு மருந்தே சாப்பிட்டிருக்கிறார். ஆகவே தொடர்ந்து அதைத்தான் சாப்பிட வேண்டும். பல வருஷங்களுக்கு இருக்குமென்று மலையாள வைத்தியர் – பத்திரமாகக் கண்ணாடி பாட்டில்களில் கொடுத்துப் போயிருந்த தங்க பஸ்மம் சாப்பிடச் சாப்பிடச் சோகையும் கைகால் வீக்கமும் அதிகமாயிற்றே தவிரக் குறையவில்லை.

வைத்தியமே வேண்டாம் போய்ச் சேரும் வழியைப் பார்ப்போமென்று நாகு மருந்தை நிறுத்திவிட்டார். முன்னெல்லாம் போல் ஸ்னானசந்தி ஜபங்கள் செய்ய முடியவில்லை. உடம்பு இளைத்து வெளுத்து வீங்கிக் கிடந்தது. விபரீதமாக அவர் மனைவி நாளுக்கு நாள் பொலிவு பெற்று வந்தாள். கருப்பப்பையை எடுத்துவிட்டதாலோ என்னவோ அழகு பொங்க வளைய

வந்தாள். "அந்த முதலாளிப் பிராம்ணன் படுத்த படுக்கையாய் கிடக்கிறார். பிரயாணத்துக்கு நாள் பார்த்துக்கொண்டு கிடக்கிறார். இவ இப்படி மதர்ந்து நிக்கறா. பார்க்கக் கண்றாவியாயிருக்குடீம்மா. நம்ம வாயாலே சொல்லக்கூடாது. இன்னும்கூடக் கண்றாவியெல்லாம் கண்ணிலே படறது. இந்தக் கட்டேல போற கிருஷ்ணன், பாவி, சிவ சிவா இப்பல்லாம் நான் அந்த வீட்டுக்குள்ளே எட்டிக்கூடப் பார்க்கறதில்லை என்று தெருப் பெண்களிடம் பேசிக் கொண்டிருந்தாள் குஞ்சம்மா. அது கைகால் இறக்கையெல்லாம் முளைத்து தெரு முழுவதும் பரவிக் கதை கதையாகப் பேசப்பட்டது. நாகு வீட்டுக்குச் சில சமயம் வந்து போய்க் கொண்டிருந்த சிலரும் அதை நிறுத்தினார்கள்.

கிருஷ்ணன் வேதம் படிப்பதை எப்போதோ நிறுத்திவிட்டிருந்தான். நாகு படுக்கையில் விழுந்த பிறகு வீட்டு உள்நிர்வாகம் பல வகையிலும் அவன் வசமாயிருந்தது. முதலாளியம்மாவே இப்போது சமையல் வேலைகளையும் செய்கிறாள். அவளுக்கு கிருஷ்ணன் யஜமானன் ஆகிவிட்டிருந்தான். அம்மாவை அவன் எப்போதுமே நீ என்றுதான் பேசுவது வழக்கம். இப்போது அது 'டீ'யாக மாறியிருந்ததாகக் குஞ்சு சொல்லிக்கொண்டிருந்தாள். சீனிவாசன் நாலைந்து வயதுக் குழந்தை. அவன் வீட்டுக்குள்ளேயே பாதுகாக்கப்பட்டான். மூன்றாம் வயதிலேயே முத்து முத்தாய்ப் பேசிய அந்தக் குழந்தையைத் தெருவில் உள்ளவர்கள் எடுத்துக் கொஞ்சி விளையாட்டுக் காட்டுவார்கள். கொழ கொழவென்று சந்தனப் பதுமை போல் மிகவும் அழகாயிருப்பான் சீனு. தெரு முழுவதுமே அந்தக் குழந்தையிடம் எல்லை இல்லாத பிரியம் காட்டினார்கள். நாகு அய்யரை அப்படியே உரித்து வைத்துப் பிறந்திருக்கிறான், என்று சந்தோஷப்படுவார்கள். கோவாலி சீனுவை எடுத்துக்கொஞ்சிக் கற்கண்டு திராட்சை எல்லாம் ஊட்டுவார். வழிச்சு வார்த்த தோசைக்கே ஒரு தனி ருசி" என்பார் கோவாலி அதைக் கேட்கும் பெண்கள் வெட்கப்படுவார்கள். ஆண்கள் ஆமாம், ஆமாம், ரொம்பச்சரி நாகுவின் பிள்ளையேதான் இவன் சந்தேகமில்லை என்று கண்சிமிட்டி மகிழ்வார்கள். காரியஸ்தர் வீட்டுக் குழந்தைகள் அவனைப் பேசச் சொல்லிக் கேட்டு சந்தோசப்படுவார்கள். இதெல்லாம் இப்போது இல்லை. வீட்டுக்குள்ளேயே கிடந்து அலுத்துக் கொண்டது அந்தக்குழந்தை. நாகுவுக்கே பொறுக்காமல் குழந்தையை வெளியிலே அனுப்பி மற்ற குழந்தைகளுடன் விளையாடவிட வேண்டும் என்று சொல்லிப்பார்த்தார். யாரும் கேட்கவில்லை "ஊரார் முழி ரொம்பப் பொல்லாதது. தவிர பச்சைக் குழந்தையிடம் ஏதோ கன்னாப் பின்னாவென்று சொல்லிக் கொடுக்கிறார்கள் போல் இருக்கிறது. அது உள்ளே வந்து சம்பந்தமில்லாமல் ஏதேதோ

பேத்துகிறது என்று சீனுவின் தாயார் இரைந்து விட்டுப் போய்விட்டாள்.

இப்போதெல்லாம் நாகுவுக்கு வீட்டுக்குள்ளேயே கூட அதிகம் நடமாட முடியவில்லை, கைப்பிடியாகக் கிருஷ்ணன் அவரை அழைத்துக் கொண்டு கொல்லைப் பக்கம் போய் கால் அலம்ப, கையலம்ப ஸ்னானம் செய்யவெல்லாம் துணை செய்ய வேண்டியிருந்தது. கிருஷ்ணனும் இவற்றைச் செய்ய மிகவும் அலுப்பும் சலிப்பும் காட்டிக் கொண்டிருந்தான். “கிருஷ்ணா, பூஜையெல்லாம் பண்றையா... கொல்லையிலேயே எல்லாப்பூவும் பறிக்காம வாடிக் கிடக்கே கீழேயும் உதிர்ந்து கிடக்கேடா?” என்று கேட்பார் நாகு.

“அதெல்லாம் நடக்கிறது. உங்களுக்கேன் இந்தக் கவலையெல்லாம்” என்று அலக்ஷ்யமாகப் பதில் சொல்வான் கிருஷ்ணன். இதைக்காதில் வாங்க நேர்ந்த காரியஸ்தர், அவனை ஏதோ சொல்லப்போக, அது முதலாளியம்மாள் மனதில் தைக்க, அவள் தாறுமாறாய்க் குற்றமுள்ள நெஞ்சு குறுகுறுக்கும் என்பது போல் தன் குட்டைத் தானே உடைத்துக் கொண்டாள். சின்னசாமிக்கு எல்லாமே தெரியும். வாயை மூடிக்கொண்டார். நாகுவின் காதில் விழும்படி இப்போதைக்கு ஒன்றும் சொல்லக்கூடாது. ஆச்சு, அவரும் வந்து ஏழெட்டு வருஷங்கள் ஓடிவிட்டன. முதலாளி குடும்பத்துக்குத் துரோகம் செய்யாமல், அதே சமயத்தில் தன் பங்கிலும் சொத்தை இல்லாமல் அவர் தனக்கு வேண்டியதைத் தேற்றிவிட்டார். திடீரென்று முறித்துக்கொண்டு போனாலும் அநாவசியமான சந்தேகங்களுக்கு இடமாகும். கிருஷ்ணனே யஜமான் போல் ஆனாலும்... ஆகட்டுமே... ஆகியேவிட்டான் அவனும். அதனால் தனக்கென்ன நஷ்டம் என்று நிம்மதியாய்த் தான் காரியமே கண்ணாக நாட்களை ஓட்டினார் சின்னசாமி.

ஒருநாள் தில்லைத் தானம் ராசு வந்து சேர்ந்தார். நாகு அய்யர் கிடந்த கிடையைப் பார்த்தார். காரியஸ்தரிடம் பேசிக் கொண்டிருந்தார். முதலாளி அம்மாளும் வந்து கூப்பிடாமலேயே வந்து, நின்று, உட்கார்ந்து பேசத் தொடங்கித் தான் யார் என்பதைக் காட்டிக்கொண்டாள். கிருஷ்ணனும் வந்து சேர்ந்து கொண்டான். தட்டுத்தடுமாறிக் கொண்டு அங்கு எப்படியோ வந்துவிட்ட நாகுவை மெல்லப் பிடித்து நாற்காலி ஒன்றில் அமர்த்தினார் சின்னசாமி. கிருஷ்ணனை ஒரு மாதிரிக் கோபத்தையும், வெறுப்பையும் காட்டிக் கொண்டு விழித்துப் பார்த்தார் நாகு. அவனும் அவருடைய பார்வையைப் பார்த்துவிட்டு மெல்ல அங்கிருந்து நழுவினான். அன்று முழுவதும் இருந்தார் ராசு. ராத்திரி காரியஸ்தர் வீட்டில் சாப்பிட்டார். குஞ்சு

மாமி ஜாடை மாடையாக முதலாளி குடும்பத்துக் கதையின் போக்கைச் சற்றே பச்சையும் கலந்து பெண்மையின் அலாதியான வெட்டும் குத்தும் கலந்து பரிமாறிக் கொண்டே சாப்பாடு போட்டாள். சின்னசாமியும் கேட்டுக் கொண்டே சின்ன சிரிப்பும் கனைப்புமாய்ச் சாப்பிட்டுக் கொண்டிருந்தார். தன்னால் செய்ய முடியாத காரியத்தைக் குஞ்சு நாசூக்காய் செய்ததை அவர் மிகவும் விரும்பி ஊக்குவித்தார். இந்த ராசுவின் உதவி தனக்குப் பின்னால் தேவைப்படும் என்பது அவர் போட்ட கணக்கு. வேந்தன் குடியில் யாருக்கும் ராசுவைத் தெரியாது. சின்னசாமியும் அவரை வெளியே போகவே விடாமல் வைத்துக் கொண்டார். மறுநாள் திருவையாறு வீடு பற்றி ராசு பேசினார். "ஐயா நான் இதுலே சொல்றதுக்கு என்ன இருக்கிறது, முள்ளு மேல சேலையை உலர்த்தினால் மெல்ல மெல்லத்தான் எடுக்க வேண்டும். வீட்டில் குடியிருக்கும் வாத்தியாரிடம் ராசாளி ஐயாயிரத்துக்கும் மேலே வாங்கியிருக்கான், எப்படியும் வீடு தனக்குத்தான் வரப்போகிறதென்று, பாவம் அவர் வீட்டைத் தொடைச்சு நகை நட்டுக்களை விற்று ரிப்பேர் பண்ணி யிருக்கிறார். வீட்டை ரொம்ப கெட்டியாப் பண்ணி வெள்ளை கிள்ளை அடிச்சு நன்னாவே வெச்சிருக்கார். நான் போய், "அவருக்கு வீடு கிடையாது எத்தனை சுருக்க முடியுமோ. அத்தனை சுருக்க காலி பண்ணணும். இல்லாட்டா அப்புறம் என்மேலே வருத்தப்பட்டுப் பிரயோசனமில்லை. நான் ஏதாவது முரட்டுத்தனமா நடந்துண்டுதான் உம்மைக் கிளப்பப் பார்ப்பேன்" என்று சொன்னேன். பாவம், அவர் பெண்டாட்டி ஒப்பாரி வைச்சே அழ ஆரம்பிச்சுட்டாள், அக்கம் பக்கத்திலே இருக்கிறவாளும் என்னைப் பத்திச் சொல்லி அவாளுக்கு நேர்வானம் கொடுத்திருக்கா. ஆளு பாவம் அவருக்கு ஒரு நாலு ரூபாயாவது கொடுத்துத் தீர்க்கணும். ராசாளி எழுதிக் கொடுக்கிற வெத்துக்... கடுதாசுகளைக் கிழிச்சு எறியணும். ராசாளி இப்ப எங்கிட்ட வாலாட்டமாட்டான். கால்லே விழுந்தான். பெரிய திருட்டுக் கேசிலேர்ந்து அவனை வெளியே கொண்டு வந்தேன். தவிர இப்ப அவன் ரொம்ப சாதுவாயிட்டான். பெண்டாட்டி போயிட்டா. இருபது வயதுக்காளை, அவன் பிள்ளை, நான் தான் அவனுக்குப் பூண்டியிலே சிபார்சு பண்ணிக் காலேஜிலே சேர்த்தேன். சோறு துணிமணி புத்தகம் எல்லாம் வாண்டையார் வாள் டிரஸ்டிலேந்து ஏற்பாடு பண்ணினேன். அந்தப் பயல் திடீரென்று அஞ்சாறு நாள் கிடந்து செத்துப் போய்விட்டான். உங்க நிலத்தைத் தவிர இன்னுமொரு நாலு வேலி, அநேகமாய் வாழை குத்தகைக்கு வாங்கிக் கொடுத்திருக்கேன். இந்த வருஷத்திலிருந்து உங்களுக்கு ஒழுங்கா நெல் அளப்பான், அட, முழுக்க இல்லாட்டாலும் படிக்குப் பாதி, நூறு நூத்தம்பது கலம்

அளப்பான், அடுத்த வருஷம் இன்னும் கொஞ்சம்கூட கேக்கலாம். அவனும் கால் ஊன்றித்தானே கர்ணம் போடணும், அதெல்லாம் நான் பாத்துக்கறேன். நீங்க முதல்ல திருவையாத்துக்கு ஜாகை மாத்தணும். காவேரி ஸ்னானம் பண்ணி ஸ்வாமி தரிசனம் பண்ணினால் உங்க உடம்பு தேறிடும். நான் சொல்றேன்னு நினைக்காமல் இப்ப கொஞ்சம் பணத்தை உதறினாத்தான் காரியம் ஜெயிக்கும் என்றார் ராசு.

"எவ்வளவு வேண்டும்" என்று கேட்டாள் அம்மா, யஜமானி "ஐயாயிரமாவது வேண்டும் குறைந்த பட்சம், மறுபடியும் புதுசா கிரய சாசனம் பண்ற மாதிரி" என்றார் காரியஸ்தர்.

"ஆமாம் அதுக்கென்ன செய்யறது, அதான் நாள் ஆரம்பத்தி லேயே சொன்னேனே... ராசாளி கிட்டே உங்க குடுமியைக் கொடுக்கறதுக்கு முன்ன எங்கிட்ட ஒரு வார்த்தை கேட்டிருந்தா இப்ப அவன் சிண்டு நம்ம கையில, இருந்திருக்கும், என்ன செய்யறது? தும்பை விட்டுட்டு வாலைப் புடிக்கிற மாதிரி தான், ஆனா இதுல இன்னொரு சங்கதி, இப்ப அஞ்சாறு வருஷமா திருவையாத்துல வீட்டு விலை, மனை விலையல்லாம் ரொம்ப ஏறிண்டிருக்கு. அதுனால இப்பவும் ஒண்ணும் அதிகமில்லை இது, அப்புறம் உங்க இஷ்டம். எனக்கென்ன இதில் நஷ்டம். அலைச்சல் தான், போனாப் போறது... உங்க சிநேகம் சின்னசாமி அய்யர் பரிச்சயமெல்லாம் கிடைச்சுதே இது போறும்" என்றார் ராசு.

"சரி நீங்க இவ்வளவு தூரம் சொல்லும்போது என்ன பண்றது? பொய்யா சொல்லப் போறேள்? பணத்தை வாங்கிண்டு போய் ஆக வேண்டியதைச் சுருக்கச் செய்யுங்கோ... எத்தனை சுருக்க முடியுமோ அத்தனை சுருக்க இந்த வேந்தன்குடிக்கு ஒரு முழுக்கு போட்டுவிட்டுக் கிளம்பிவிட வேண்டும். பொல்லாத ஊரு... மட்டமான ஜனங்கள்" என்றாள் யஜமானி.

"முடிஞ்சவரை பாருங்கள். ரொம்ப அவசரப்பட்டாலும் காரியம் கெட்டுப் போகும்... தவிர இன்னும் நாலஞ்சு மாசத்தில் எங்க அய்யர்வாளுக்கு அறுபதுக்கறுபது வரது, அது முடிஞ்சு..." இது காரியஸ்தர்.

"அதெல்லாம் வேண்டாம், புண்ணிய க்ஷேத்திரம் திருவையாறு, அங்க வைத்துக் கொள்ளலாம், தின்னுட்டுத் தூறும் சொல்லிண்டு வம்பு அளக்கிற வேந்தன்குடி கூட்டத்துக்கு வடிச்சுக் கொட்டின சோறு போறும், குழந்தை சீனுவைப் படிக்க வைக்கணும். விஜய தசமிக்கு திருவையாத்துல நாங்க இருக்காப்பல ஏற்பாடு பண்ணுங்கோ, இந்தத் துக்கிரிகளின்

கண்ணில் படாமல் என் குழந்தை படிக்க வேண்டும்" என்றாள் யஜமானி.

பணத்தை வாங்கிக்கொண்டு ராசு புறப்பட்டார். சரி இனிமேல் நாம் மெதுவா கயட்டிக்கனும், பொம்மனாட்டி ராஜ்யம் ஆரம்பிச்சுட்டா, என்று முடிவுக்கு வந்தார் சின்னசாமி அய்யர். கிராமத்தில் கணக்கில் காட்டாத நெல் இருக்கிறது. சவுக்கை மிகவும் நன்றாய் முற்றி வளர்ந்து வானளாவி நின்றது. கேரளாவிலிருந்து வியாபாரிகள் வந்து பார்த்துப் போயிருக் கிறார்கள். சவுக்கை போட்டதோ அதன் பொறுமானமோ நாகுவுக்கோ எஜமானிக்கோ வேறு யாருக்கும் தெரியாது. எச்செலவும் போக அதில் லக்ஷரூபாய்க்குமேல் தேறும். காதும் காதும் வைச்ச மாதிரி அதை வெளியேற்ற ஏற்பாடு செய்ய முனைந்தார்.

கூத்தன்குடி கிராமத்தில் குடியானவர்களின் ஏழெட்டுத் தலைக்கட்டு நல்ல வசதியாய் வளர்ந்திருக்கிறது. சின்னசாமி அய்யர் வந்த காலத்திலிருந்து தான் அவர்களுக்கு மேலும் நல்ல யோகம். சேரியில் உள்ள பத்துப்பதினைந்து குடும்பங்களுக்கும், நிறையக் கொடுத்து குறை இல்லாமல் வைத்திருந்தார். கூரைக் குடிசையானாலும் நெருக்கமாய் கூரை வேய்ந்து, தெரு விளக்கு ஏற்பாடு செய்து நல்ல கேணியும் வெட்டிக் கொடுத்திருந்தார். குடியானத் தெருவில் எல்லாருக்கும் வசதியான ஓட்டு வீடுகள் அமைந்திருந்தன. குடியானவர்களின் குடும்பங்கள் நாகு அய்யர் காலத்தில் பயிர்ச்செலவுக் காரர்கள்; அதாவது குத்தகைக் காரர்களாக இருந்து ஏதோ தங்கள் இஷ்டத்துக்கு நெல் அளந்து கொண்டிருந்தவர்கள். மாவுக்குப் பதினைந்து இருபது மேனிக்கு கண்டு முதல் செய்த போதிலும் ஐந்து மேனி என்று அளப்பார்கள்; வைக்கோலும் ஒரு பகுதி கொண்டு வந்து நாகு அய்யர் வீட்டுக் கொல்லையில் வண்டி மாடுகள், கறவை மாடுகளுக்குப் போதுமான அளவு போர் போட்டுக் கொடுப்பார்கள். உளுந்து பயிறு கொஞ்சம் தருவார்கள். மற்றபடி பெரும் பகுதி விளைச்சல்களைத் தாமே அநுபவித்துக் கொண்டிருந்தவர்கள். வயலில் சேற்றில் உழைக்கும் ஆதி திராவிடப் பெருமக்கள் இந்த குடியானவர்களைத்தான் 'ஆண்டை' என்று அழைத்து அண்டி வாழ்ந்தார்கள். குடியானவர் தெருப்பையன்கள் நீடாமங்கலம் போய் படித்து வரவும் ஆரம்பித்தார்கள். திண்ணைகளில் சீட்டாட்டம் போடுவது முதல் வெள்ளையும் சள்ளையுமாய் வேட்டி சட்டை போடுவது வரை குடியானவர்கள் கிட்டத்தட்ட சுகவாசிகளாக நிழலில் இருந்து வேலை வாங்குவதும் வீட்டுத் திண்ணையில் உட்கார்ந்து உழுது பாடுபடுகிறவர்களை அதட்டி

மிரட்டுவதுமாகக் கிட்டத்தட்ட அக்கிரகாரத்துச் சுகவாசிகள் போலவே ஆகியிருந்தவர்கள், சின்னசாமி அய்யர் வந்து பண்ணை வைத்து நேரில் சாகுபடி வேலைகளையும் மற்ற கிராம நிர்வாகங்களையும் ஏற்றுக் கொண்டதும், இந்தக் குடியானவ ஆண்டைகளைச் சமாளிப்பது சற்று சிரமமாயிருந்தது; ஆனால் அவர் கெட்டிக்காரர்; பண்ணை வைத்துத்தானே நேரில் விவசாயம் செய்தாலும் குடியானவர்கள் தலைக்கட்டுக்களைக் கணக்கிட்டு அவரவர்களுக்கு ஏற்றபடி பழைய படியே ஆளுக்கு இவ்வளவு வேலி நிலம் சாகுபடி செய்ய வேண்டுமென்று திட்டமிட்டுக் கண்டு முதலுக்கேற்றபடி அவர்களுக்கு நூற்றுக்கு இருபது கலம் என்று ஒப்பந்தம் செய்துகொண்டார். ஊரில் உள்ள பண்ணைக்குச் சொந்தமான தென்னைமரங்களைக் குடியானவர் குடும்பங்களுக்குக் குத்தகை போல் விட்டுவிட்டார்.

தேங்காயாகவோ பணமாகவோ இவ்வளவு கொடுக்க வேண்டுமென்று பேச்சு. கள்ளுக்கு விட்டால் அந்த வருமானத்தில் தான் பங்கு கேட்பதில்லை என்று ஒப்பந்தம். ஆதி திராவிடர் களுக்கும் நிறையவே கூலியாகக் கொடுப்பதாகச் சொல்லிச் சொன்னதற்கு அதிகமாகவே கொடுத்தும் வந்தார்.

“குதிரு வைச்சு வீட்டுக்கு வீடு நெல் வைத்துக் கொள்ளும் நிலை வந்தால் அப்பறம் அவனுகளை கையில பிடிக்க முடியாதுங்க” என்று குடியானவர்கள் சொன்னதைக் காரியஸ்தர் சிரித்துக் கொண்டே இந்தக் காதில் வாங்கி அந்தக் காதில் விட்டுவிட்டார். வீட்டுக்கு வீடு பத்தாயம் வைத்துக்கொண் டிருக்கும் ஆண்டைகளுக்குச் சேரி செழிப்பது பொறுக்கவில்லை. ‘அவர்களும் சுகவாசிகளாகி விட்டால்... என்ற எண்ணமே அவர்களுக்குப் பயமாயிருந்தது.

கூடமாட இருந்து தாங்களும் கலந்து கொண்டு பண்ணையாட் களைக் குடியானவர் வேலை வாங்க வேண்டுமென்றும் மற்றபடிக் கூலி சமாச்சாரமெல்லாம் பணம் நெல் எல்லாம் யாருக்கு எவ்வளவு என்பதைத்தான் கவனித்துக் கொள்வதாகவும் ஏற்றுக் கொண்டு செய்து வந்தார் சின்னச்சாமி. கல்யாணம் கருமாதி என்று ஏற்கனவே ஆண்டைகளிடம் பண்ணையாட்கள் பட்டிருந்த கடனையெல்லாம் வருஷம் மாதம் தேதி பார்த்து ரொம்பவும் தள்ளுபடி செய்யாமலும் முழுக்கவே கொடுக்காமலும் ஒரு வழி செய்து ஆட்களை விடுவித்துவிட்டார் காரியஸ்தர். இப்படி கிராமத்தை நல்ல நிலையில் வைத்திருந்ததால் சண்டை சச்சரவு இல்லாமல் இருந்தது. பக்கத்து கிராமங்களிலும் கூலித் தகராறும் பட்டறைகள் சேர்கள் களவாடப்படுவதும் நடந்த காலங்களில் கூடக் கூத்தன்குடியில் சின்னத்திருட்டுக் கூட நடக்கவில்லை.

உள்ளுக்குள்ளே சில குடியானவர்களுக்குச் சிறு புகைச்சல் இருந்தாலும் அது வெளிப்படவில்லை. சொந்தமாக வில் வண்டி வைத்துக் கொள்ளும் அளவுக்கு வசதி பெற்று, வீட்டில் இருந்தார்கள் குடியானவர்கள். அவர்களும் சரி, ஆதி திராவிடப் பெருமக்களும் சரி, சின்னசாமி அய்யர் கிழித்த கோட்டைத் தாண்டாத வகையில் கட்டுப்பட்டிருந்தார்கள். அவர்களைத் தனக்குச் சமானமாகவே நினைத்துக் கூட உட்கார்ந்து பேச, ஆலோசனை கேட்கத் தயங்குவதில்லை சின்னசாமி. ஆக மொத்தம், குடியானவர் குடும்பங்கள் குட்டி மிராசுதார்கள் போலவே அதிக உழைப்பின்றி வசதிகளுடன் வாழ வழி வகுத்துக் கொடுத்தார். அவனவன் கையில் காசும் கொழிந்தது. அதிகாரம் செய்துகொண்டு ஆண்டைகளாகவே வளைய வந்தார்கள். முதலாளி ஜாகை திருவையாற்றுக்குப் போன பிறகு சவுக்கையை விற்பதா அல்லது இப்போதே செய்துவிடுவதா என்று யோசித்துக் கொண்டிருந்தார் சின்னசாமி. ஆற்றில் தண்ணீர் வந்து சாகுபடி வேலை ஆரம்பித்துவிட்டால் சவுக்கை வெட்டவும் லாரியில் ஏற்றவும் ஆட்களை உபயோகித்துக் கொள்ள முடியாது. ஆகவே இப்போதே ஆரம்பித்துவிட முடிவு செய்தார்.

மும்மரமாக நடந்தது வேலை. நன்கு பருத்த மரங்களை முழு மரங்களாகவே ஏற்றிக் கொண்டு லாரிகள் சென்றன. மெயின் ரோடிலிருந்து கூத்தன்குடிக்கு வரும் சாலை வெறும் கப்பி போட்டிருந்தது.

இந்த லாரிப் போக்குவரத்தால் அது மிகவும் மோசமாய்விட்டது. பக்கத்து ஐய்யனார்காட்டு மக்களும் கிராம அதிகாரிகளும் இதனால் சாகுபடி வேலைகளும் அறுவடைக் காலத்து வண்டிப் போக்குவரத்துக்களும் கஷ்டப்படுமே என்று வருத்தப்பட்டார்கள். தானே தன் சொந்தச் செலவில் சாலையைச் சீர்திருத்திவிடுவதாக ஒப்புக் கொண்டார் சின்னசாமி; ஏராளமாய்ச்சவுக்கை அலம்பல்களும் கிளைகளும் சேர்ந்துவிட்டன. பருமன் குறைந்த மரங்களை வாங்கி அங்கேயே துண்டு போட்டு லாரிகளில் ஏற்றிச் சென்ற தென்னை வியாபாரிகள் அலம்பல்களை விலை பேசியபோது சின்னசாமி அதை மறுத்துவிட்டு, ஊரில் உள்ள அத்தனை பேர்களும் பங்கு போட்டு இலவசமாக எடுத்துக் கொள்ளலாம் என்றும் அதற்குப் பதிலாக சாலை போட உதவ வேண்டுமென்றும் ஏற்பாடு செய்தார். வருஷக் கணக்கில் விறகே வாங்கத் தேவை இல்லாத அளவுக்கு எல்லாரும் வாரிக் கொண்டு போனார்கள். எல்லாருக்கும் திருப்தி ஏற்பட்டது. முதலாளி வீட்டுக்கும் தன் வீட்டுக்கும் லாரிக் கணக்கில் விறகு கொண்டு வந்து இறக்கினார். பிறகு ஊர் முழுவதும் கூடி மண்

வெட்டிக் கொட்டிச் சாலையைச் சரி செய்ய முன் வந்தார்கள். நான்கு லாரி கப்பியும் மணலும் மட்டும் பண்ணைச் செலவில் கொண்டு வந்து கொட்டினார் சின்னசாமி. கெட்டியான சாலை அமைந்துவிட்டது. ஐய்யனார்காட்டு ஆட்களும் சேர்ந்து வேலை செய்தார்கள்.

சவுக்கையில் எதிர்பார்த்ததிற்கு மேல் லாபம் கிடைத்தது. இந்தப் பெருந்தொகையை அவர் யாருக்கும் தெரியாமல் கும்பகோணத்தில் பேங்கில் போடுவதற்காகப் போனார். அங்கே இரண்டு நாட்கள் தங்கும்படி நேர்ந்துவிட்டது. அதற்குள் நாகு அய்யருக்கு உடல்நிலை மிகவும் மோசமாகிப் பிள்ளைகளுக்குத் தந்தி போய் அவர்கள் வந்து விட்டிருந்தனர்.

"நாகுவுக்கு உடம்பு சரியில்லை. அவருக்கு ஏதாவதுதொன்று நேர்ந்து விடுவதற்குள் அமுக்க வேண்டியதையெல்லாம் அமுக்கிவிட வேண்டும் என்று நிறையச் சுருட்டிக் கொண்டு போய்விட்டான் சின்னசாமி. கணக்கு வழக்கு எல்லாமே அவன் வெச்சது சட்டமாகி ரொம்ப வருஷம் ஓடிப்போச்சு. கூத்தன்குடியிலே இவன் வந்தவுடனேயே சவுக்கை வைத்தானாம், ஏழெட்டு ஏக்கராவில், ஒரு மாசமா வெட்டோ வெட்டுன்னு வெட்டி லாரி – லாரியாய் போச்சாம். ஒண்ணனா லக்ஷத்துக்குக் குறையாம வந்திருக்கும் இவன் செப்பாலடிச்ச காசுகூட இல்லாம இங்கே வந்தவன். இந்தச் சவுக்கை பண்ணை கணக்கிலே வல்லையாம். கர்ணம் பட்டா மணியங்களுக்கு நிறையக் கொடுத்து அவனுக வாயை அடைச்சிருக்கான். இருந்தாலும் சமாச்சாரம் பரவிவிட்டது. அவனைச் சும்மா விடக்கூடாது. நாகுவுக்குப் பிரக்ஞை தவறுவதற்குள் அவன் வாயால் காரியஸ்தனை ஒரு வார்த்தை கேட்டுட்டாப் போதும். அப்புறம் நாங்க இருக்கோம்" என்று பிள்ளைகளிடம் சூடேற்றிக் கொம்பு சீவி விட்டார்கள் கோவாலியும் வேறு இருவரும். "அவன் திரும்பி வர்றதுக்குள்ளே இதை நாகு காதில் போட்டுவிடணும் என்று ஒரு நாலைந்து பேர் பிள்ளைகளுடன் சேர்ந்து நாகுவிடம் கூடியிருந்தார்கள். யஜமானி அம்மாவும் கிருஷ்ணனும் இருந்தார்கள். நாகுவிடம் சொன்னார்கள். அவர் ஒன்றையும் புரிந்து கொண்டதாகத் தெரியவில்லை. அவருக்கு சுய ஞாபகமே இருக்கவில்லை. அதே சமயம் காரியஸ்தரும் உள்ளே நுழைந்தார். அவர் தன் வீட்டுக்குள் போனவர் கைகால் கழுவிக் கொள்வதற்குள் குஞ்சம்மா முதலாளிக்கு ரொம்ப உடம்பு சரியில்லாமல் போய் பிள்ளைகள் வந்துவிட்டார்கள் என்றும், ஊர்க்காரர்கள் கோள் மூட்டியிருப்பதையும் கோவாலியும் மற்றவர்களும் இரைந்து கத்தி ஏதோ சவுக்கு இரண்டு லக்ஷம் என்று சொன்னதையும் பரபரப்புடன் சொன்னாள். மாலை நாலரைமணி, வெய்யிலில்

வந்திருந்த சின்னசாமி, கலந்து வைத்த காபியைக்கூட குடிக்காமல் முதலாளியின் வீட்டிற்குள் நுழைந்தார். அவரைக் கண்டதும் கோவாலி "வாங்கோ சின்னசாமி அய்யர்வாள், முதலாளி சாகக்கிடப்பதையும் பார்க்காமல் வெளியூர் போய்விட்டு வருகிறீராக்கும். அப்படி என்னய்யா அவசரமான ஜோலி, நாங்கதான் தந்தி கொடுத்துப் பிள்ளைகளை வரவழைத்தோம். சரி இனிமேலாவது நாகு பிள்ளைகளிடம் கேட்டுக் கொண்டு எல்லாத்தையும் நடத்தும்" என்று கடுமையான குரலில் சொல்லி விட்டு மற்றவர்களையும் அழைத்துக் கொண்டு புறப்பட்டார்.

"இருங்கோ பெரியப்பா, பெரியவாளா நாலு பேர் இருந்தால் தானே எங்களுக்கும் தெம்பு, பத்துப் பன்னிரண்டு வருஷங்களாக இந்தக் குடும்பம் பற்றி எங்களில் 'யாருக்கும்' எதுவும் தெரியாது. நிலம், நீச்சு, நெல் – கேஷ், தங்கம் பற்றியெல்லாம் தெரிந்து கொள்ளணும் நாங்கள். ஏதோ அப்பா இருக்கார் என்று நாங்கள் ஒதுங்கியிருந்தோம். இனிமேலும் அப்படி விட்டேத்தியா இருக்க முடியுமா. காரியஸ்தர் கிட்ட நாங்கள் பேசறபோது நீங்களும் இருக்க வேண்டும் அந்த அம்மாவும் இருக்க வேண்டும்" என்று படை கூட்டினான், மூத்த பிள்ளை.

"ஆகா அப்படியே ஆகட்டும் நிறையப் பேசுவோம். முதலாளி எப்படி இருக்கார்னு பார்ப்போம் முதல்லே. நீங்க எல்லாருமாச் சேர்ந்து அவருக்கு மூட்டையே கட்டிவெச்சுட்டது மாதிரின்னா பேசறேள்" என்றார் சின்னசாமி.

"அவருக்கு மூட்டை கட்டியாச்சுன்னு நீரே மூட்டை கட்டி வெச்சிட்டு தானே ரண்டு நாள் மாயமா மறைஞ்சு போனீர். அழகா அடக்கமாப் பேசுமய்யா. உடைமைஸ்தர்கள் வந்திருக்கிறார்கள். ஒழுங்கா பதில் சொல்லக் கடமைப்பட்டவர் நீர்" என்றார் கோவாலி.

"கோபாலய்யர்வாள், நான் உங்கள் காரியஸ்தன் இல்லை. இதோ இந்தப் பிள்ளைகளுக்கும் காரியஸ்தன் இல்லை. அதோ இருக்காரே உயிருக்கு மன்றாடிக் கொண்டு அவர்தான் என் முதலாளி; அவருக்கு நான் நிறையப் பதில் சொல்லியிருக்கேன். ஐந்து பைசா மாறுதல் இல்லாமைக் கணக்கை ஒப்பிச்சுண்டு வந்திருக்கேன். இந்த க்ஷணம் வரைக்கும், உடமைஸ்தான் ஆன இந்தப் பிள்ளைகளோ இவ்வளவுகரிசனமாப் பேசவந்த நீங்களோ மத்தவாளோ, இத்தனை வருஷமா எட்டிக் கூடப் பார்த்ததில்லை. நான் உங்களோடெல்லாம் நெருங்கிப் பழகவில்லை, என்றாலும் உங்களை எல்லாம் எனக்கு நன்னாவே தெரியும். சரி நாழியாகிறது; டாக்டரைக் கூப்பிட்டுண்டு வரணுமா என்னன்னு கூட நீங்கள் யோசிக்கவில்லை" என்று முதலாளிக்கருகில் போனார்

சின்னசாமி; தலைமாட்டில் கிருஷ்ணன் நின்று கொண்டிருந்தான். தலையை இரண்டு தடவை தலையணையில் சத்தம் கேட்கத் தூக்கித் தூக்கித் சாய்த்தார் நாகு. ஒதுங்கி நின்ற யஜமானி அம்மாளை அருகில் வரச் சொன்னான். கிருஷ்ணன். அவள் வந்து குனிந்து பார்த்தாள். நாகுவின் உயிர் பிரிந்தது. பிள்ளைகள் வந்து பார்த்தார்கள் கோவாலி அருகில் வந்து நின்றார். மற்றவர்கள் திண்ணையில் போய் நின்றார்கள். மணி ஐந்தரை இருக்கும்.

“கிருஷ்ணா ஓடிப்போய் சாத்திரிகளை அழைச்சுண்டு வா. பிராயசித்தம் பண்ணணும். உள்ளே தர்ப்பை இருக்கா கொண்டு வந்து பரப்பு. நாகுவைக் கட்டிலிலிருந்து இறக்கித் தர்பை மேல் போடுங்கள்” என்றார் கோவாலி. அப்படியே செய்துவிட்டுச் சாத்திரிகளை அழைக்க ஓடினான் கிருஷ்ணன். சாத்திரியும் வந்தார். ஆனால் பிள்ளைகள் மூன்று பேரும் ஏதோ கிசுகிசுத்துப் பேசிக் கொண்டார்கள்.

“யாரு வந்திருக்கா சுந்தர சாத்திரிகள் தானே, ஓய் பையன்களை அழைத்துக் கொண்டு போய்” என்று கோவாலி உத்தரவு போட்டு முடிப்பதற்குள், அவரைத் திண்ணையிலிருந்து யாரோ வந்து கூப்பிட்டுக் காதோடு ஏதோ சொன்னார்கள்.

“அடே போடா... போட்டு வைக்கக்கூடாது. வழக்கமில்லை. ஊருக்கு ஆகாது என்று சத்தம் போட்டார் மறுபடியும். பலர் சேர்ந்து அவரைக் கைப்பிடியாய் இழுத்துக் கொண்டு திண்ணையை விட்டுத் தெருவுக்கே போய்க் காதோடு பேசினார்கள். கோவாலி ஒப்புக்கொண்டு வாயை மூடிக்கொண்டார். திருக்களாவூரிலிருந்து பெண் வர வேண்டும் என்று சொல்லி, மறுநாள் காலையில்தான் எடுக்கமுடியும் என்று முடிவு செய்தார்கள்.

வயதான சிலரும் கோவாலியும், “சரி இன்னிக்கு சோத்து வாயிலே மண்ணு” என்று சொல்லிக்கொண்டே திண்ணையில் உட்கார்ந்தார்கள். நாகு அய்யர் வீட்டிலிருந்து அழுகுரல் கேட்க வில்லையே தவிரச் சேதி தெருவில் தெரிந்துவிட்டது. இருந்தாலும் தெரியாதென்று பேர் வைத்துப் போது சாய்வதற்குள் எல்லா வீடுகளிலும் வயிற்றுப்பாடு முடிந்துவிட்டது. திண்ணைகளில் கூடினார்கள். நாகு அய்யர் வீட்டுத் திண்ணையும் நிறைந்துவிட்டது. பெரிய யுத்த சந்நாகம் என்று தெரிந்துவிட்டது காரியஸ்தருக்கு. அவரைக் கூப்பிட்டு வைத்துக்கொண்டு கணக்கு வழக்குப் பேச வேண்டும் என்பது திட்டம். கூட்டத்திற்கு நடுவில் பிள்ளைகள் உட்கார்ந்தார்கள். காரியஸ்தரையும் கூப்பிட்டார்கள். அவரும் வந்து உட்கார்ந்தார். கோவாலி அதை எதிர்பார்க்கவில்லை. அவர் நின்றுகொண்டே பதில் சொல்லக் கடமைப்பட்டவர்

என்பது அவர் அபிப்பிராயம். உட்கார்ந்த சின்னசாமியோ கொஞ்சம்கூடக் கூச்சமோ குரலில் தாழ்வோ காட்டாமல் "சரி எதற்காகக் கூட்டம் போட்டிருக்கிறீர்கள்? இங்கே இருக்கும் யாருக்கும் நான் எந்த பதிலும் சொல்ல வேண்டியதில்லை. யாருக்குச் சொல்ல வேண்டுமோ அவர்களுக்குச் சொல்வேன். என்னை மிரட்டிக்கிரட்டி ஏதாவது கறக்கலாம் என்று நீங்கள் எதிர்பார்த்தால் ஏமாந்து போவீர்கள். பிள்ளைகள் மூன்று பேரும் விடுதலைப் பத்திரம் கொடுத்தவர்கள். இந்தச் சொத்து சுதந்திரங்களுக்கும் கணக்கு வழக்குகளுக்கும் அவர்களுக்கும் சம்பந்தம் துளிக்கூடக் கிடையாது. இஷ்டமிருந்தால் கிருத்தியம் செய்யட்டும், காலணாக்கூடச் செலவழிக்க வேண்டாம்.

அவர்கள் ஒரு குறையுமில்லாமல் செத்துப் போயிருக்கிறார். முதலாளி கிருத்தியம் செய்வதற்காக என்று இவர்களுக்கு எதுவும் கிடைக்க வழி இல்லை, சீனுவிடம் பில்லை வாங்கிக் கொண்டு யார் வேண்டுமானாலும் செய்து முடிக்கலாம் காரியங்களை. அது சாஸ்திர சம்மதமும் ஆகும் விவரம் புரியாமல் அனாவசியமாக விவகாரத்தைக் கிளப்பிண்டு கூத்தடிக்காதீர்கள். அவா அவா போய் நிம்மதியாய்த் தூங்கிவிட்டு காலையில் வரலாம். வராமலும் இருக்கலாம். இங்கே எதுவும் யாருக்காகவும் நின்னு போயிடாது" என்று சொல்லிவிட்டு உள்ளே போய்விட்டார். இதற்குள் கிராமத்திலிருந்து குடியானவர்கள் நாலைந்து பேர் வந்து விட்டிருந்தனர். உள்ளே போன சின்னசாமி திண்ணைக்கு வந்து குடியானவர்களுக்குச் சேதி சொல்லிக்கொண்டு இருந்தார். முடிவாக "நீங்கள் இங்கேயே இப்படியே இருங்கள். போது விடிந்துதான் எல்லா காரியங்களும் ஆகணும்" என்று சொல்லி விட்டு உள்ளே போகத் திரும்பியபோது, "ஓகோ காவலுக்கு அடியாட்களை வெச்சிருக்காப்ல இருக்கு" என்று யாரோ கூறியது காதில் விழுந்தது அவருக்கு.

"அப்படியே வைச்சிண்டாத்தான் அதில் என்ன தப்பு... இதோ பாருங்கோ வீணா அலட்டிக்க வேண்டாம். சட்டம் நியாயம் எல்லாத்துக்கும் பயந்துண்டு நடக்கிறவன் நான். அனாவசியமா வம்பு செய்யாதீர்கள். ஆமா சொல்லிட்டேன்" என்றார் சின்னசாமி.

"நீரா பேசறீர். சவுக்கு வித்த லக்ஷங்கன்னா உம்மை இப்படிப் பேச வைக்கறது" என்றது ஒரு குரல்.

"ஓய் வேந்தன்குடி நாகு அய்யர் அப்பனுக்கோ நாகுவுக்கோ நீர் பிறக்கலைங்கணும். என்னவோ கிடந்து துள்றிமே கேட்டா ஒழுங்கா பதில் சொல்வீரா... ஓய் நீர் இந்த ஊர்லேந்து

உருப்படியா உம்ம நன்னிலத்துக்குப் போகப் போறிரா... இல்லே" என்று உருமிற்று மற்றொரு குரல். "அக்கிரகாரத்திலே பேசற பேச்சாயில்லை... மகா மட்டமானபேச்சு; உங்களுக்கெல்லாம் பதில் சொல்லிண்டிருக்கப் போவதில்லை நான். என்ன வேணுமானாலும் கத்திக் கொண்டிருங்கள்" என்று சொல்லிவிட்டு கிராமத்துக் குடியானவர்களைக் கூப்பிட்டு "இந்தாப்பா, இப்படி வாசற்படிகிட்டே இருங்கோ. அதோ இருக்கிற அந்த நம்ம முதலாளி பிள்ளைகளைத் தவிர வேறு யாரையும் உள்ளே விட வேண்டாம்" என்று கண்டிப்பாய்ச் சொல்லிவிட்டு உள்ளே போய்விட்டார்.

வாசலில் இருந்த கூட்டமும் சிறிது சிறிதாய்க் குறைந்துவிட்டது. கோவாலியும் வேறு நாலைந்து பேரும் மட்டும் பிள்ளைகளுடன் கலந்து யோசனை செய்து கொண்டிருந்தார்கள். "ஏதாவது ஒரு விதாயம் பண்ணித் தீர்த்தாலொழியப் பிணத்தை எடுக்கவிடக் கூடாது" என்றார் ஒருவர்.

"சாத்திரம் என்ன சொல்கிறது, மூத்தவன் இருக்கிற போது பூணல் போடாத கடைசிப்பிள்ளையிடம் பில் வாங்கிக் கிருத்தியம் செய்யலாமா? என்று கேள்வி கேட்டார் கோவாலி.

"செய்யலாம்னு சுந்தர சாத்திரி சொல்றாரே."

"அவன் கிடக்கான் அவனுக்கென்ன சாத்திரம் தெரியும். பொட்டை மனப்பாடமா மந்திரத்தை ஒப்பிப்பான். அதுவும் சுக்குமி, ளகுதிப், பிலி என்று பிரித்து உளறுவான். வெறும் அப்பம் வடைச் சாத்திரி அவன். மேலக் குளத்துக்குப்போயி சாமி சாத்திரிகளிடம் தர்ம சாத்திரம் கேட்டுத் தெரிஞ்சுண்டு வரணுமே.

"ஏய் வெங்கிட்டு நீ சைகிள்ளே போயி அவரைக் கேட்டுண்டு வா. அவருக்கும் நாகு குடும்பத்துச் சங்கதியெல்லாம் தெரியும்" என்றார் கோவாலி. வெங்கிட்டு என்பவன் சைக்கிளில் பறந்தான்.

காரியஸ்தர் வந்தது முதல் நடந்த கதைகளைக் கை கால் வைத்துப் பிள்ளைகளுக்குச் சொல்லிக் கொண்டிருந்தார்கள். மலையாள வைத்தியர் ஏராளமாத் தங்கத்தைக் கிளப்பிண்டு போயிட்டான். பூஜை பண்ணவும் சமையல் செய்யவும் வந்த கிருஷ்ணன் நம்ம வாயாலே சொல்லப்படாது. தவிர நாங்கள் உள்ளே போய்ப் பார்த்தோமா என்னா... சின்னசாமி மச்சினி கதை கதையாய் சொல்றாளாம். அந்தப் பாலகாட்டுப் பெண்ணை 'டீ'போட்டுப் பேசறானாம். நாலாந்தாரம் பரேபகாரமாயிரும்னு சொல்றதுண்டு. இது அப்படியே நிஜமாயிடுத்து போலிருக்கு

சின்னசாமியும் இதைக் கண்டுக்கலை. ஏன்னா அவன் கொள்ளையடிக்க வசதியாயிருந்தது. நாகு படுத்த படுக்கை ஹோம் டிபார்ட்மெண்டு கிருஷ்ணனும் அம்மாவும் ஆயிடுத்து. நன்னிலத்தானுக்குக் கொண்டாட்டம். நீங்களும் மூனுபேரும் இது வரையிலும் எட்டிக் கூடப் பார்க்காமல் இருந்தது சரியில்லைதானே... சின்னசாமி எதுக்கும் அசைஞ்சு கொடுக்க மாட்டான் போல் இருக்கே. அவன் கை இப்போ ரொம்ப ஏத்தம் இரண்டு லகரத்துக்குக் குறையாது! அவன் பிள்ளைகள் ரண்டு பேரும் காலேஜில் படிக்கிறானுக. ராஜா வீட்டுக் குழந்தைகள் மாதிரி சட்டையும் கிட்டையும் பிரமாதமா மினுக்கிறானுக... யார் வீட்டுக் காசு? இப்படிப் போய்க் கொண்டிருந்தது திண்ணையில் போது, மேலக் குளத்துக்குப் போன வெங்கிட்டு வந்தான். "பாகபத்தியமாசி சொத்துக்கும் விடுதலை கொடுத்து விட்டுத் தனித்தனிக் குடும்பமாகச் சமையல் சாப்பாடு எல்லாம் வேறு வேறாய்ப் பிரிந்து போய்விட்டதால் மூத்தவனோடு மற்ற இரண்டு பேருமோ தான் கிருத்தியம் செய்ய வேண்டியவர்கள் என்று கட்டாயமில்லை. பூணல் போடாவிட்டாலும் சீனிவாசன்தான் இப்போதைக்கு கிருத்தியம் செய்ய முழு அதிகாரமும் உடையவனாகிறான். பில் வாங்கி யார் பண்ணினாலும் சீனிவாசன் செய்வதாகத்தான் அர்த்தமாகும். மூத்தவளோ மற்றவர்களோ சம்மதப்பட்டுச் செய்வதாலும் தப்பு இல்லை. எப்படியும் நாலு பேருக்கும் நாகுவுக்கு சிரார்த்தம் செய்ய வேண்டிய கடமை உண்டு. சாண்டீ கானம் வரையில் நாலு பேருக்கும் சேர்த்து செய்து முடிப்பது சம்பிரதாயமான முறை."

"சரி நன்னிலத்தான் கட்சிக்குத் தான் பலம்" என்றார் கோவாலி. நீண்ட இரவு எல்லாரையும் அயர்த்தியது. அப்படியப்படியே அமர்ந்து உம்மைக் கிடத்தினார்கள்.

வீட்டுக்குள்ளும் இதே மாதிரி, சின்னசாமி, கிருஷ்ணன், யஜமானி, துணைக்கிருந்த வேலைக்காரிக் கிழவி நான்கு பேருமே அயர்ந்து விட்டார்கள். நல்லவேளையாக வழக்கம் காரணமாகச் சின்னசாமி ஐந்தரை மணிக்கு எழுந்திருந்து பல் தேய்த்து முகம் கழுவிக் கொண்டு வாசலுக்கு வந்தார். கண்கொட்டாமல் விழித்துக் கொண்டிருந்தவர்கள் கிராமத்துக் குடியானவர்களே.

வைதீகர்கள் வந்து கூடினார்கள். சாவு நேர்ந்தாலும் மேளம் கொட்டினாலும் காசுக்கு வந்து கூடும் பிராம்மணர்களும் கூடிவிட்டார்கள்.

வீட்டு வாசலில் பச்சை மூங்கிலும், தென்னை மட்டையும் வந்துவிட்டன. நாகுவையரின் பெண்ணும் அவள் கணவனும்

வந்தார்கள். அந்தப் பெண்தான் முதன்முதலாகக் குரலெடுத்து அழுது கொண்டே வீட்டிற்குள் போனாள். 'சின்னசாமி மடியில் நோட்டுக்களையும் சிறிய துணிப்பையில் சில்லரை நாணயங்களையும் நிறையவே வைத்துக் கொண்டு ஒரு பித்தளைச் செம்பு, குடம் போன்ற சிலவற்றைத் திண்ணையில் கொண்டு வந்து வைத்தார். குளிகன் கழித்து ஒன்பது மணிக்கு ஆரம்பிக்கக் காத்திருந்தார்கள் எல்லாரும்.

இன்னும் யார் செய்வதென்று முடிவு ஆகவில்லை. சின்னசாமி அய்யர் யாரையோ எதிர்பார்ப்பதுபோல் தெருவில் இறங்கி மேற்கேயும் கிழக்கேயும் பார்த்துக் கொண்டிருந்தார். திருக்களாவூருக்கு ஆள் அனுப்பியது போலவே தில்லைத் தானத்துக்கும் ஆள் அனுப்பியிருந்தார். இந்த வேளையில் ராசு துணையை முக்கியமாக விரும்பினார். அவரைக் காணோம். வக்கீல் ராமசாமி அய்யங்கார் ரொம்ப வயதானவர். குடும்ப வக்கீல் அவரை அழைத்து வரவேண்டி அனுப்பியிருந்தார். அவரையும் காணோம். நேரம் ஓட ஓடக் காரியஸ்தருக்குத் தவிப்பு அதிகமாயிற்று. காரணம் முதலாளி உடல் தூக்கி வைத்துக் கட்டும்படி இருக்காதுபோல் ஆகியிருந்தது. குழந்தை சீனு அம்மாவின் பிடியிலிருந்து தப்பி அப்பாவின் பக்கத்தில் போய்ப் பார்த்துவிட்டு "அய்யய்ய... அப்பா ஆயி... ரொம்ப ரொம்ப நார்றது" என்று மூக்கைப் பிடித்துக் கொண்டு ஓடி வந்தபோது தான் எல்லாருமே அதை கவனித்தார்கள்.

ராசு வரவில்லை. ராசாளிதான் வந்தான். ராசு அய்யருக்கு ஏதோ நோக்காடாம். ஒரு காலும் கையும் முடங்கி விட்டதாம். பாரிச வாயு என்கிறார்கள். பிழைக்க மாட்டார் என்று டாக்டர்களும் கைவிட்டுவிட்டார்களாம். ஆள்விட்டு ராசாளியை வரவழைத்து இவனை அனுப்பினாராம். சின்னசாமி அய்யர் ராசாளியை அழைத்துக் கொண்டு, தனியே போய் நிலவரங்களைச் சொல்லிக் கூடவே இருந்து எதற்கும் தயாராய் நிற்க வேண்டும் என்று சொன்னார். "கவலையே படாதீங்க" என்று அபயமளித்தான் ராசாளி.

வக்கீல் வந்து இறங்கினார். சின்னசாமி அய்யர் ஒன்றுமே பேசவில்லை. கோவாலியும் இன்னும் நாலைந்து பேருமாய் வக்கீலை நாகு அய்யர் பிள்ளைகளிடம் அழைத்துக் கொண்டு போனார்கள். சம்பிரதாயத்துக்குச் சுருக்கமாய் துக்கம் கேட்டார் வக்கீல், "ஏன் அநாவசியமாய் போட்டு வெச்சிருக்கேள். கிடந்த உடம்பு... எப்படி இருக்குமோ மளமளன்னு ஆரம்பிக்க வேண்டியதுதானே" என்றார் வக்கீல்.

யார் ஆரம்பிக்கிறதூன்னுதான் புரியலை; யோசிச்சிண் டிருக்கோம், டிலே ஆயிண்டிருக்கு” என்றனர்.

“நாகு என்ன அநாதைப்பிணமா யோசனை என்ன இதில், பொண்டாட்டி இல்லையா, பிள்ளைகள் இல்லையா யோசனை என்ன யோசனை?” என்று சிரித்தார் வக்கீல். சின்னசாமி அய்யரைக் கூப்பிட்டு “ஏங்கணும் ஏன் தாமதம்” என்றும் கேட்டார்.

“அவாளைக் கேளுங்கோ”

“கோவாலி, வயதானவன், நாலும் தெரிஞ்சவன் நீ இருந்துமா இப்படிக் கிடக்கணும்” என்றார் வக்கீல்.

“பையன்கள் ஏதோ கணக்கு வழக்கு கேட்கறானுகள்! காரியஸ்தர் பதிலே பேச மாட்டேங்கறார், எனக்கும் போற வழி புரியலை” என்றார் கோவாலி.

“ஓகோ அப்படியா சமாச்சாரம், அப்பா பிள்ளை யாண்டான்களா உங்களிடம் விடுதலைப்பத்திரம் வாங்கிண்டு ராஜிபண்ணி வெச்சவன் நான்; உங்களுக்கெல்லாம் கொடுத்ததை விடச் சொந்தத்துக்கு நாகு வெச்சிண்டது குறைச்சல். அப்புறம் ஒரு கல்யாணம் பண்ணிண்டு ஆம்பிளைக் குழந்தையும் பொறந்திருக்கான், உங்க சிறிய தாயாரும் இருக்கிறாள். பாவம் சின்ன வயசு, மறுபடியும் நீங்க என்ன கேக்கறேள், சொத்து கித்தூன்னு மூச்சு விடக்கூடாது. பாக்கியிருக்கிற கூத்தன்குடி சொத்திலும், வேந்தன்குடி கிட்டங்கி பெரிய வீடு இரண்டிலும் உங்களுக்கு எந்தவிதப் பாத்தியதையும் இல்லையென்பது தான் ரீலிஸின் ஷரத்து, ஒழுங்கா போயி பிள்ளைகளாய்ப் பிறந்த கடன் தீரக் கிருத்தியத்தைப் பண்ணுங்கோடா, நியாயமாப் பார்த்தால் கிருத்தியச் செலவு முழுக்கவே நீங்கதான் செய்யணும், வீணா எதுக்கு வம்பு செய்யறேள், கோவாலியா, வீ.கே சாரா... யார் கிளப்பிவிட்டா உங்களை; கோவாலி, நீயா இருந்தால், அது ரொம்பத் தப்பு...” என்று குரலில் கடுமைகாட்டினார் வக்கீல்.

“உடைமைஸ்தர்கள் கேட்கிறார்களே என்று கூடக் காரியஸ்தர் நினைக்கவில்லை; கிட்டத்தட்ட பத்து வருஷம்... இவர் வந்த வேளை நாகு கிராமத்துக்குப் போறதையே நிறுத்திவிட்டான், அப்புறம் வியாதியாவும் படுத்துண்டுட்டான்” என்று கோவாலி முனகினார்.

“அதெல்லாம் பொய். நாகு நேற்று வரைக்கும் எல்லாத்தையும் கவனிச்சிருக்கான். எனக்குத் தெரியும். நீ வீணா குட்டையைக் குழப்புகிறாய்” என்றார் வக்கீல்.

“நேற்றைக்கு ரண்டுலட்ச ரூபாய்க்குச் சவுக்குத் தோப்பு விலை போயிருக்கு… சும்மா பேருக்கு நாகுவுக்கும் ஊர்க்காராளுக்கும் கண் துடைக்க ரண்டு லாரி கட்டை வந்திருக்கு அவ்வளவுதான்.”

“சவுக்கைத் தோப்போ தேக்கந் தோப்போ எது வாணாலும் காரியஸ்தர் உண்டு, நாகு உண்டு—அவன் சம்சாரம் உண்டு. இரண்டு மூணு லக்ஷம் எதுவானாலும் இதில் என்ன உங்களுக்கு? இந்தப் பிள்ளைகளுக்குத்தான் இதில் என்ன?” என்றார் வக்கீல்.

“இவ்வளவு தூரம் போயிடுத்து; நானும் ஒரு வார்த்தை சொல்றேன். நான் வந்து பொறுப்பு ஏத்துண்ட போது, முதலாளிக்கு முடி கொண்டானிலும் தேதியூர் விஷ்ணுபுரத்திலும் பத்து ரூபாய்க்கு மேல் கடன் இருந்தது. வட்டியை வருஷா வருஷம் கொடுத்திருந்தாலாவது ராஜ கோபாலாச்சாரியார் சட்டம் இவருக்குச் சகாயமாய் இருந்திருக்கும். வட்டியும் முதலுமா கிட்டதட்ட பதினைஞ்சு ரூபாய்க் கடனைத் தீர்த்திருக்கிறேன்; கோர்ட்டுக்குப் போனால் வட்டியில் தள்ளுபடி கிடைக்கும். ஆனால் முதலாளி கூடாதூன்னுட்டார். இது உங்களுக்கே தெரியும்; கிராமத்துலேர்ந்து முழுசா ஐநூறு கலம் வந்ததாகக் கூடப் பழைய கணக்குகளில் இல்லை. இப்போ கூத்தன்குடி வரவு செலவுக் கணக்கைப் பார்க்கட்டும்—யார் வேண்டுமானாலும் பார்க்கட்டும்… ஆனா நியாயமாத் தெரிஞ்சுக்கணும்னு ஆசையோடு கேட்டாத்தான் காண்பிப்பேன், இப்ப எது எங்கே ஓடிப் போயிடுத்து, எல்லாக் காரியங்களும் முடியட்டுமே” என்றார் காரியஸ்தர்.

“எங்களுக்கேதாவது கிடைக்குமா” என்றான் மூத்த பிள்ளை. “காலணாக் கூட கிடைக்காது? எதுக்காகக் கொடுப்பது உங்களுக்கு. கிருத்தியம் பண்ண இஷ்டமிருந்தால் செய்யுங்கள் இல்லேன்னா இந்த இடத்தைவிட்டுக் கிளம்பிடுங்கோ” என்றார் வக்கீல்.

“பிணத்தை எடுக்க விடப் போவதில்லை” என்றான் பிள்ளை. “அப்படியா சேதி, சின்னசாமி என்னோடு வாரும், கிரிமினல் கம்ப்ளெய்ண்ட் கொடுத்துட்டுப் போலீஸ் லாக்கப்பில் போடச் செய்கிறேன் இவர்களை. கோவாலி நீயும் மாட்டிக்கணும், ஜாக்கிரதை…” என்று வேகமாகப் புறப்பட்டார் வக்கீல்.

கூடத்தின் சுருதி இறங்கிற்று. “போங்கடா போய் காரியத்தைப் பாருங்கோ. அவனுக்குத் தெய்வம் கூலி கொடுக்கும். ஊம் கிளம்பு, சுந்தர சாத்திரி பையன்களையும் அழைச்சுண்டு கிளம்பு குளத்துக்கு” என்று கோவாலி ஆசுவாசப்படுத்தினார்.

நாகு அய்யரின் பெண் வந்தவுடனேயே குஞ்சுவும் காரியஸ்தர் மனைவியும் சமயத்தில் விட்டுக் கொடுத்தால் நன்றாயிருக்காதென்று வந்து சேர்ந்த பங்காளிகள் வீட்டுப் பெண்மணிகள் சிலரும் உள்ளே வந்து கூடியிருந்தார்கள். நாகு அய்யர் பெண்டாட்டியும் அழுவது மாதிரிச் செய்து கொண்டு நடுவில் உட்கார்ந்திருந்தாள். கிருஷ்ணன் குழந்தை சீனுவை வைத்துக் கொண்டு தனியே உட்கார்ந்திருந்தான்.

மிக விரைவில் எல்லாம் நடந்தது. எடுத்துக் கொண்டு போனார்கள்; குஞ்சுவும் மற்றப் பெண்களும் நாகு அய்யர் பெண்டாட்டியை வாசலில் விழ வேண்டுமென்று சொல்லிக் கொடுத்து விழவும் செய்து அழைத்துக் கொண்டு பின்னே போனார்கள்; தெருவில் மற்றவர்கள் வேடிக்கையாகப் பார்த்துக் கொண்டிருந்தார்கள்.

நிறையச் செலவு செய்து ஈமக்கிரியைகள் நடந்தன. கோவாலி வீட்டிலிருந்து சாமான்கள் போய், தாயாதி அல்லாத ஒரு வீட்டில் சமையலாயிற்று; காட்டிலிருந்து திரும்பியதும் எல்லோருக்கும் காபி வந்தது. சின்னசாமி அய்யர் தானே வலியச் சென்று பிள்ளைகள் மூவரிடமும் சமாதானமாகப் பேசி எல்லாம் முடிந்து ஊருக்குப்போகும் போது ஏதோ செய்வதாகச் சொல்லி "கோவாலியும், மற்றவர்களும் கிளப்பிவிடுவார்களே தவிர, செல்லாக் காசுக்கும் உபயோகப்படமாட்டார்கள், நான் சட்டம் பேசியதெல்லாம் அவர்கள் வாயை அடைக்கத்தான். லெட்டர் எழுதி உங்கள் குடும்பத்தையும் உடனே வரவழைக்கவேண்டும். முதலாளி அறுபதாங் கல்யாணம் பண்ணிக்கனும்னு ஆசைப்பட்டார். நடக்கவில்லை. நிறைய தான தர்மங்களைச் செய்து அவரைக் கரையேற்றுங்கள். என்னை அந்நியனாக நினைக்கவே இல்லை உங்கள் தகப்பனார், நானும் அப்படியே நடந்து கொண்டேன். உங்களையெல்லாம் நான் அலட்சியம் செய்தால் அது பாவம், இனி மேல் என்ன நடக்கப் போகிறதென்று நினைத்தாலே எனக்கு என்னவோ போல் இருக்கிறது. உங்களிடம் இந்தக் குடும்பத்தில் இன்றைய நிலைபற்றிச் சொல்லவே கூச்சமாய் இருக்கிறது, எல்லாம் முடியட்டும். நிறைய பேசுவோம்," என்று சொன்னார்.

பிள்ளைகளின் மனைவி, மக்கள் வந்து சேர்ந்தனர்; காரியஸ்தர் வீட்டில் சமையற்காரர்கள் ஏற்பாடு செய்து அங்கிருந்து பெரிய வீட்டில் கொண்டுவந்து பரிமாறப்பட்டது; தாயாதி பங்காளிகளை அழைத்தார்கள். கோவாலி உட்படச் சிலர் வந்து சாப்பிட்டுப் போனார்கள். சிலர் வரவில்லை. வெளி ஊரிலிருந்து பலரும் வந்து துக்கம் கேட்டுப்போனார்கள்.

பாலக்காட்டிலிருந்து கூட இருவர் வந்தார்கள். கல்யாணம் போல் எல்லாம் நடந்தது. பதிமூன்றாம்நாள் பிள்ளைகள் அவர்களுடைய குடும்பத்தினர் எல்லார்க்கும் வேஷ்டி புடவை துணிமணிகள் எல்லாமே உயர்ந்த ரகமாய் வாங்கி வைத்து மிகவும் விமர்சியுடன் நடந்தது. திருவையாறு வீடு காலியாகிவிட்டது, என்று ராசாளி சொல்லியிருந்தான். இடையில் சின்னசாமி கூத்தன்குடிக்குப்போய் வரவேண்டியிருந்தது; அங்கே இரண்டு மூன்று நாட்களுக்கு வேலை இருந்தது; வீட்டுக்குக் காவலாக ராசாளி அந்த நாட்களில் தங்கியிருந்தபோது, கிருஷ்ணனிடமும் எஜமானியிடமும் நிறைய பேசிக் கொண்டிருந்தான்; திடீரென்று அந்தப் புதிய மனிதரிடம் எஜமானிக்கு எல்லையில்லாத பிரியமும் நம்பிக்கையும் ஏற்பட்டுவிட்டது. அவன் மிகவும் தாராளமாக வீட்டு உள்வரை போய் அளவளாவுவதை நாகுவின் பிள்ளைகள் மிகுந்த அருவருப்புடன் தான் கவனித்துக் கொண்டிருந்தார்கள். குழந்தை சீனுவைத் தூக்கி வைத்துக் கொள்வதும் தூங்கப் பண்ணுவதுமாய் இருந்த ராசாளி, லேசில் ஊருக்குப் புறப்படுவதாயில்லை. சின்னசாமிக்கு இது மிகவும் தர்மசங்கடமாயிருந்தது. ஏதாவது வழி பண்ணிக் கிருஷ்ணனை மெல்லக் கழட்டி வெளியே அனுப்ப வேண்டும் என்று திட்டம் போட்டிருந்தார் அவர். இப்போது ராசாளி உறவும் வலுத்து விட்டிருந்தது அம்மாவுக்கு. ராசாளியும் அம்மாவும் ஒருவரை ஒருவர் பார்த்துக் கொள்ளும் விதமே வயிற்றைக் குமட்டியது அவருக்கு, சரி, பிள்ளைகள் ஊருக்குப் போகட்டும் என்று காத்திருந்தார். நாகு அய்யர் இறந்த ஆறாம் நாள்தான் ராசாளி ஊருக்குக் கிளம்பினான். அதுவும் சின்னசாமி அய்யர் வெளிப்படையாகவே இரண்டொரு தடவை, அவனை வற்புறுத்துவது போலச் சொன்னதால்தான் கிளம்பினான். புறப்படும் போது அவன் உள்ளே போய் அம்மாவிடம் வெகுநேரம் பேசிக்கொண்டிருந்து விட்டு வெளியே வந்து சின்னசாமியிடம், "அம்மா ரொம்பச் சொல்றாங்க இங்கே காரியமெல்லாம் முடிந்த உடனேயே திருவையாத்துக்கு வந்துடணும்னு சொல்றாங்க, நானும் கட்டாயம் வந்து சேருங்கன்னு சொல்லியிருக்கேங்க. நீங்களும்" என்று ஏதோ தோரனையோடு பேசினான் ராசாளி, அவர் பதிலே சொல்லவில்லை.

பிள்ளைகள் ஊருக்குப் புறப்பட்டார்கள், சின்னசாமி மூவருக்கும் ஆளுக்கு இரண்டாயிரம் ரூபாய் ரொக்கமாகக் கொடுத்தார். பிள்ளைகளுக்கு ரொம்ப சந்தோஷம். "இதை இங்கே யாரிடமும் சொல்ல வேண்டாம்" என்றும் கேட்டுக் கொண்டார். கூத்தன்குடியில் சவுக்குத் தோப்பில் வேர்களைப் பேர்த்துப் போட்டதிலேயே அவருக்கு நிறையக் கிடைத்துவிட்டது. தன்

சொந்தப் பணத்திலிருந்தும் கொஞ்சம் சேர்த்துப் பிள்ளைகளுக்குக் கொடுத்தனுப்பினார்.

அம்மா திருவையாற்றுக்கு ஜாகை மாற்ற மிகவும் அவசரப் பட்டாள். "திடீரென்று முடியாது... அதில் பல அசௌகரியங்கள் உண்டு, அடுத்த வருஷம்... முதலாளி தலைத்திவசம் ஆனதும் மாற்றலாம்" என்று சின்னசாமி சொன்னதை அம்மா ஏற்கவில்லை.

"நான் விலகிக் கொள்கிறேன். கிராமத்துப் பொறுப்பை நீங்களே ஏத்துக்கணும்... வேறு யாரைப் பார்க்கச் சொல்றதுங்கற தெல்லாம் உங்கள் இஷ்டம், நான் கணக்கை ஒப்படைத்துவிட்டு, ஜாகையைக் கலைத்துக் கொண்டு என் ஊருக்குப் போகிறேன்" என்றார் சின்னசாமி.

"அதெப்படி முடியும். திடீர்னு இப்படி நட்டாற்றுலே கைவிட்டாப்பலே செய்தால் எப்படி?"

"நட்டாற்றிலே விடலை நான், நல்ல நிலைமையில் தான் உங்களை விட்டுப் போறேன். பேங்கில் இத்தனை ரூபாய் இருக்கிறது, கையில் இத்தனை ரூபாய் இருக்கிறது. கிராமத்தில் சேர்களில் நெல் கட்டியிருக்கிறேன். மற்றபடி உங்களிடம் இருக்கும் நகை நட்டுக்கள் வெள்ளி பித்தளைப் பாத்திரம் பண்டங்களைப் பற்றி முதலாளி என்னிடம் நிறையச் சொல்லி இருக்கார், அதுக்கு என் கணக்கில் அன்றும் வரவில்லை, இன்றும் வரவில்லை, கிராமத்துக் குடியானவர்கள் எப்போதும் போல் உங்களுக்கு நெல் அளக்க ஏற்பாடு பண்ணியிருக்கேன்... இனிமேல் நான் காரியம் பார்த்து ஒத்து வராது, கணக்கு வழக்குகளை நீங்கள் யாரையாவது கூட வைத்துக் கொண்டு ஒத்துக் கொண்டுவிடுங்கள். நீங்க இந்த வருஷம் இங்கேயே இருப்பதானால் நானும் அறுப்பெல்லாம் முடிச்சுட்டு விலகிப்பேன், இப்பவே திருவையாத்துக்குப் போகணும்னா, நானும் இப்பவே விலகிக்கிறேன்."

"அதெல்லாம் முடியாது, இந்த ஊர் ஜனங்கள் முகத்திலே இனிமேல் ஒரு க்ஷணம்கூட முழிக்கமாட்டேன், குழந்தையைப் படிக்க வைக்கணும்."

"அப்போ என்னை விட்டுடணும்."

"சரி அப்படீன்னா ராசாளிக்கு ஆள் அனுப்பிவரச் சொல்லி, அவர்கிட்டே எல்லாத்தையும் விவரமாச் சொல்லி ஒப்படையுங்கோ."

"அவன் யாரு... அவன்கிட்டே நான் என்னத்துக்குப் பேசணும். இது ரொம்ப விபரீதமா இருக்கேம்மா!"

"ஒரு விபரீதமும் இல்லை, எனக்கு வேறே மனுஷ்யாள் இல்லை; கிருஷ்ணனுக்கு இதெல்லாம் புரியாது... தெரியவும் தெரியாது... அவருக்குத்தான் எல்லாம் தெரியும்."

"இது நல்லதுக்கில்லை. நம்ம வக்கீலைக்கூட வெச்சிண்டு கணக்கை நீங்களே ஒப்புக்கலாம்; அப்புறம் ராசாளியிடம் பேசிக் கொள்ளுங்கள்; நான் ராசாளிகிட்டே கணக்கை ஒப்பிக்க மாட்டேன்."

"சரி, கூப்பிட்டுண்டு வாங்கோ வக்கீலையே; ஆனா கிராமத்தையும் பயிர்ச் செலவு பண்ணப் போறவாளையும் அவர் பார்த்துத் தெரிஞ்சுக்கணுமா... அதுவும் வேண்டாமா."

"ராசாளியை அவர் இவர் என்று மரியாதை கொடுக்கும் யஜமானி முகத்தையே பார்க்கப் பிடிக்கவில்லை சின்னசாமிக்கு. வக்கீல் வந்தார், கணக்கை ஒப்படைத்தார்; வக்கீல் குமாஸ்தா நீளமான ஏதோ ரசீது மாதிரி எழுதி அம்மா கையெழுத்துக்கு வைத்தார், அவள் மலையாளத்தில் ஏதோ கிறுக்கினாள்; பெயரைச் சொல்லச் சொன்னார்கள், பார்வதி என்றாள் அவள்; அதை ஆங்கிலத்தில் தனித்தனிப் பெரிய எழுத்தாய் எழுதி வக்கீல் கையொப்பம் வைத்தார். வக்கீல் குமாஸ்தா போய்க் கோவாலியையும் மற்றொருவரையும் அழைத்து வந்தார்.

"கோவாலி, நான் காலையில் இருந்து கணக்கையெல்லாம் பார்த்து நாகு சம்சாரத்திடமும் அப்போதைக்கப்போது கேட்டுக் கொண்டு ஒப்புக் கொண்டேன். ரொம்ப நறுவிசாக் கணக்கு எழுதியிருக்கார். கையிருப்பு பேங்க் இருப்பு எல்லாம் பார்த்தாகிவிட்டது. கிராமத்திலே இருக்கிற நெல் கணக்கையும் கொடுத்திருக்கார். அதைப் பார்க்கணும்னு அவசியமில்லை, சேர் கட்டியிருக்கிறார். பொய்யாய் இருக்க நியாயமில்லை. நாகு சம்சாரம் கையெழுத்துப் போட்டுக் கொடுத்திருக்காள். நான் அட்டெஸ்ட் பண்ணிக் கையெழுத்துப் போட்டிருக்கேன். சாட்சிக் கையெழுத்து போடத்தான் உன்னைக் கூப்பிட்டனுப்பினேன். போடறையோன்னோ?" என்று கேட்டார் வக்கீல்.

"ஆகா... ஆக்ஷேபனை இல்லாம போடறோம். நாகு பிள்ளைகளிடமே கணக்கையெல்லாம் காண்பிச்சாராம். தொடர்ந்து வருஷா வருஷம் வருமானம் அதிகமாயிருக்கிறது. கிராமமும் நல்ல நேர்த்தியா ஆயிருக்கிறதூன்னு அவனுக மூணுபேருமே சொன்னானுக. சின்னசாமி அய்யர் சத்திய சந்தர்ணு கொண்டாடிண்டு அவனுக ஊருக்குப் போனானுக," என்றார் கோவாலி.

கோவாலியும் மற்றவர்களும் சாட்சிக் கையெழுத்து போட்டார்கள்.

"அப்படியெல்லாம் என்னை ரொம்பப் பெரிசா நான் நினைச்சுக்கலை. நானும் சம்சாரி... பாக்கி நாளை ஓட்டனும் பாருங்கோ" என்றார் சின்னசாமி.

"அப்போ பேசாமை நீர் பாட்டுக்கு இங்கே இருமேன். ஏன் பண்ணைக் காரியஸ்தர் பொறுப்பை விடனும்; வேற யார் இருக்கா இதை கவனிக்க. நான் சொல்றதைக் கேளும். சீனிவாசனும் மைனர்... நாகு சம்சாரம்... என்ன பேரு... ஆமாம், பார்வதி அந்தப் பொண்ணு பேரே இப்பத்தான் தெரிய வர்றது... அவளும் சின்ன வயசு, கூத்தன்குடி குடியானவனுக கிட்டே ஒப்படைச்சுட்டு நீர் ஏன் விலகணும்... பேசாமை இருந்து பழையபடியே காரியம் பாருமேங்காணும்?" என்றார் கோவாலி.

"மன்னிச்சுக்கணும். ஆச்சு. அடுத்த வருஷம் எனக்கு அறுபது முடியப் போறது. உடம்பும் தள்ளலை. கொஞ்ச காலம் அக்காடான்னு இருக்கணும்னு ஆசை, உங்களுக்கெல்லாம் நான் ரொம்பக் கடமைப் பட்டிருக்கேன்... சந்தோஷம்... நன்றி" என்றார் சின்னசாமி.

"ஏம்மா பார்வதி, கிட்டத்தட்டப் பத்து வருஷம் காரியம் பார்த்திருக்கார். இவருக்கு ஏதாவது கொடுத்து அனுப்புவதுதான் அழகு. வழக்கமும் அப்படித்தான், என்ன கோவாலி, நான் சொல்றது சரிதானே" என்றார் வக்கீல்.

"ரொம்பச் சரி... கட்டாயம் ஏதாவது செய்யத்தான் வேணும்" என்றார்கள் கோவாலியும் மற்றவரும்.

"அதெல்லாம் ஒண்ணுமே வேண்டாம். நான் நெறைய அடைஞ்சிருக்கேன்... என் பையன்களும் நாகு அய்யர்வாள் தயவுல" ஒண்ணாப் படிச்சிருக்காணுக, இதுவே யதேஷ்டம் எனக்கு என்றார் சின்னசாமி.

"யஜமானி அம்மாள் கொடுக்கிறாள். மறுக்கவே கூடாது," என்று சொல்லிவிட்டு வக்கீல் புறப்பட்டார். மற்றவர்களும் கிளம்பினார்கள்.

பீரோ பெட்டிச் சாவிக் கொத்தை நீட்டினார் சின்னசாமி.

"உங்களிடமே இருக்கட்டும். ராசாளியாரிடம் கிராமத்தையும் குடியானவர்களையும் காட்டி இனிமேல் அவர்தான் கவனிச்சுக்கப் போறார். தர்ம நியாயத்துக்குப் பயந்து ஒழுங்கா நடந்துக்கணும்னு

அவர்களுக்கும் சொல்லிவிட்டு, அப்புறம் நீங்களும் ஜாகையைக் கலைத்துக் கொண்டு போகும்போது சாவியைக் கொடுங்கள்" என்றாள் பார்வதி.

ராசாளி வந்தான். வேண்டா வெறுப்பாய் அவனுடன் வண்டியில் ஏறிக் கூத்தன்குடிக்குப் போனார். குடியானவர்களைக் கூப்பிட்டு வைத்துக் கொண்டு எல்லா விவரமும் சொல்லி, சென்ற வருஷங்களில் செய்தது போலவே, அவர்கள் சாகுபடி வேலைகளைச் செய்யணும் என்றும், ராசாளியார் வந்து கவனித்துக் கொள்வார் என்றும் சுருக்கமாகச் சொல்லிவிட்டுத் திரும்பினார்.

கூத்தன்குடி முழுவதுமே கண்கலங்கத்தான் சின்னச்சாமியை வழியனுப்பிற்று. கிராமத்தைச் சுற்றிக் காண்பித்து வரும்போது, முன்பு சவுக்கை தோப்பு இருந்த இடத்தைக் காண்பித்தார். வெட்டிக் கொத்தி நிரவியிருந்ததைக் காட்டி, உடனடியாக அங்கே சவுக்கைக் கன்றுகள் நடுவதற்கு ஏற்பாடு செய்வது நல்லது என்று சொல்லிக் கொண்டு வந்தார்.

வேந்தன்குடிக்குத் திரும்பியதுமே தன் ஜாகையைக் கலைக்கும் ஏற்பாடுகளைச் செய்ய ஆரம்பித்தார். லாரிக்கு ஏற்பாடு செய்தார். இரண்டே நாட்களில் கிளம்பியும் விட்டார். பார்வதி கொடுத்த பணத்தை மறுத்தார் ஆனால் காரியஸ்தர் மனைவி தன்னிடம் சொல்லிக் கொள்ள வந்தபோது தாம்பாளத்தில் மஞ்சளும் குங்குமமும் பூ, பழம், வெற்றிலை பாக்கு, ரவிக்கைத்துண்டு எல்லாம் வைத்து, பணத்தையும் வைத்துக் கொடுத்தனுப்பினாள் பார்வதி.

சின்னசாமி அய்யரும் கோவாலியிடமும் வேறு பலரிடமும் சொல்லிக் கொண்டு கிளம்பினார். தான் இருந்த வீட்டுச் சாவியையும் பீரோ பெட்டிச்சாவிக் கொத்தையும் யஜமானியிடம் கொடுத்துவிட்டு, "கிருஷ்ணா போயிட்டு வரேன், எல்லாத்தையும் நீயும் தெரிஞ்சுண்டு பத்திரமாப் பார்த்துக்கோ," என்று கிருஷ்ணனிடமும், "அம்மா நான் வர்றேன்... நன்னிலம் தூரமில்லை. வாங்கோ அடிக்கடி... கடுதாசும் போடுங்கோ" என்று தழுதழுத்துக்கொண்டே வந்து டாக்ஸியில் ஏறிக்கொண்டார்.

ராசாளி வந்தான்; வண்டி காடிகளை விற்றான், நாகு அய்யர் இருக்கும் போதே குதிரை வண்டியை விற்றாகிவிட்டது. உடைந்து போன நாற்காலிகூட விடாமல் இரண்டு லாரி சாமான் ஏற்றித் திருவையாறு போய்ச் சேர்ந்தது. பெரிய வீட்டையும் கிட்டங்கியையும் வாடகைக்கு விட்டுவிட்டார்கள். பெரிய வீட்டில் ஏதோ ஒரு கவர்மெண்ட் ஆபீஸ் வந்தது. கிட்டங்கி வீட்டிற்கும் யாரோ குடி வந்தாயிற்று.

மூன்று நான்கு மாதங்களுக்குப் பிறகு, தில்லைத்தானம் ராசு சின்னசாமி அய்யருக்குக் கடிதம் எழுதி வரவழைத்து, ராசாளியை முழுதும் நம்பிவிட வேண்டாமென்று அம்மாவிடம் சொல்லும். அதற்காகத்தான் உம்மை வரவழைத்தேன். அவனுக்கு ரெண்டும்கெட்டான் வயது, பெண்டாட்டி பிள்ளை கிடையாது. அவன் திருவையாத்தில் உங்க யஜமானியம்மா வீட்டோடு கிடப்பதாகக் கேள்வி. ஊரில் ரொம்ப விரசமாகப் பேசிக்கொள்கிறார்களாம். நல்ல சமயத்திலே நீர் விட்டுட்டுப் போயிட்டீரே, மைனருக்கு ஒன்றுமே வைக்கமாட்டான் ராசாளி. ஆமாம், அந்தக் கிருஷ்ணன்னு ஏதோ பேரு வந்தது முன்னாடி. அது போறாதோ அம்மாவுக்கு, இந்தக் கிரகச்சாரம் வேற வேணுமா?" என்றெல்லாம் சொன்னார்.

"என் காதில் ஒன்றையும் போடாதீர். இதெல்லாம் பிடிக்காமதான் நான் விலகினேன். பாவம் நீர் இப்படி விழுந்து விட்டீரே. நான் ஏதாவது செய்ய வேணுமா," என்று அனுதாபப் பட்டார் சின்னசாமி.

"எனக்கு ஒரு குறையுமில்லை. என் தமக்கைப் பிள்ளை எனக்குக் கிருத்தியம் செய்ய ஒப்புக் கொண்டிருக்கிறான். என் சம்சாரத்தின் பேரில் பதினைந்து மா நிலம் இருக்கிறது. அவளுடைய நகைகளே போதும் அவளுக்கு. கிருத்தியச் செலவுக்கு ரெண்டாயிரம் ரூபாய் சேர்த்து என் மருமானிடம் கொடுத்து விட்டேன். என் சம்சாரத்துக்குப் பிறகு நிலம் அவனுக்குச் சேரும் என்று எழுதிவைத்துவிட்டேன். அதிகமாப் போனால், இன்னும் பதினைந்து நாள்தான் இருப்பேன். என் தமக்கை வந்திருக்கிறாள். முடிஞ்சா ஊருக்குப் போய்ப் பழைய நெல்லோ அரிசியோ கொஞ்சம் அனுப்பும், சிறு மணியனா இருந்தாத்தேவலை அதுவும் முடிஞ்சாத்தான்னு முதல்லேயே சொல்லியிருக்கேன்" என்றார் ராசு.

"எவ்வளவு தேவைப்படும்" என்று கேட்டார் சின்னசாமி.

"அரிசியாவே ஐந்து மூட்டை அனுப்பிவிடும். பத்து நாளைக்கு நிறைய அன்னதானம் பண்ணிவிட்டுச் சாகணும்னு ஆசை" என்றார் ராசு.

"இன்னும் ஒரு வாரத்தில் வந்து சேரும் கவலைப்படாதீர்" என்று சொல்லிவிட்டுத் திருவையாறு வந்து யஜமானியம்மாளைப் பார்க்கப் போனார். ராசாளி இல்லை. கூத்தன்குடிக்குப் போயிருக்கிறானாம். கிருஷ்ணனும் அம்மாவும் மிகவும் உபசாரம் செய்தார்கள். சின்னசாமி காபி கூடச் சாப்பிடாமல் கிளம்பி விட்டார். அம்மா மிகவும் வேதனைப்பட்டாள்.

“சரி, கிருஷ்ணா, அரைச்சேர் காபி கொண்டா” என்றார்.

“சீனுவைப் பள்ளிக்கூடத்தில் சேர்த்தாகிவிட்டதா” என்று கேட்டுக்கொண்டே காபி சாப்பிட்டார்.

“இங்கே சேர்க்கிறதா உத்தேசமில்லை. மதன பள்ளியில் சேர்க்கப் போகிறேன். பெத்த தாய்தகப்பன் மாதிரிப் பார்த்துக் கொள்கிறார்களாம் அங்கே. படிப்பு மாத்திரமில்லாமை ஒழுங்கு கட்டுப்பாடெல்லாம் நன்னா வரதாம் அங்கே.

“சின்னக் குழந்தையை... தனியா... நான் அடிக்கடிப் போய் பார்த்துவிட்டு வரப் போகிறேன். இங்கே இருந்தா அவன் ரொம்பக் கெட்டுப் போயிடுவன். நீங்க எங்கே இந்தப் பக்கம் வந்தது அபூர்வமா...”

“தில்லைத்தானத்துக்கு வந்தேன்; பாவம் ராசு..?”

“ராசு, ரொம்பக் கெடக்காறாமே... நாம் ஏதாவது...”

“ஒண்ணுமே வேண்டாம்ணுட்டார். ஆனா அன்னதானம் பண்ணணுமாம். பழைய அரிசி கேட்டார். என்னிடம் பழைசு அதிகமா இல்லை. முடிகொண்டானில் போய் விசாரிக்கணும்.”

“வேண்டாம். கூத்தன்குடியிலிருந்து பழைசு நிறைய வந்திருக்கு இங்கே. பத்தாயத்திலே போட முடியாம மூட்டையாக் கட்டி வைச்சிருக்கு. எவ்வளவு வேணுமாம்... நான் அனுப்பறேன்... அவர் நிறைய சாப்பாடு போடுவார்னு இந்த ஊரில் எல்லோருமே சொல்றா... உங்க முதலாளிக்கும் அது ரொம்பப் பிடிக்குமே... அவருக்கு திருப்தியாய் இருக்கும்...”

“அரிசியாவே அரைச்சு அஞ்சு மூட்டை அனுப்புங்கோ.”

“சரி, கிருஷ்ணா அதை உடனே செய்துடு” என்றாள் அம்மா.

வேந்தன்குடி ஹைஸ்கூலில் வாத்தியாராயிருந்த ஒருவருடைய பிள்ளை ராமன் என்பவர் மதனப் பள்ளிக்கூடத்தில் இருந்தார். நாகு அய்யர் குடும்பத்தைப் பற்றித் தெரிந்தவர். சீனிவாசனைச் சேர்த்து அவனை நன்றாகப் பார்த்துக் கொள்வதாகச் சொன்னார். கிருஷ்ணனும் அம்மாவும் போய்ச் சேர்த்துவிட்டு வந்தார்கள். சீனிவாசனும் நன்றாகப் படித்து வந்தான். கொஞ்சம் வயதுகூட ஆகியிருந்தது. ஏழாவது வயது ஆகிவிட்டிருந்தது. தனியா ட்யூஷன் மாதிரி சொல்லிக் கொடுத்து அதை ஈடு செய்துவிடுவதாக ராமன் கூறினார். அவருக்குக் குழந்தைகள் இல்லை. லீவு வரும்போதெல்லாம்கூடச் சீனுவைத் தன் வீட்டிலேயே வைத்துக் கொண்டார். இது சீனுவின் தாயாருக்குப் பரம திருப்தியை அளித்தது. அவள் மட்டும் தனியே மதனப் பள்ளிக்குப் போய்க்

குழந்தையோடு இருந்துவிட்டு வருவாள். சீனுவும் இதை மிகவும் விரும்பினான்.

"அவனுக்குத் திருவையாறு வருவதற்கே பிடிக்கல்லையாம்," என்று பெருமையாகச் சொல்லிக் கொண்டாள் தாயார்.

ராசாளி கூத்தன்குடியில் பழைய படியே பண்ணை வைத்து விவசாயம் செய்தான். ஆரம்பத்தில் சிறிது கெடுபிடி பண்ணிப் பார்த்தான் பயன் தரவில்லை. மெல்ல எல்லோரையும் தன்னைக் கட்டிக் கொண்டு பழைய பழக்க வழக்கங்களைக் கேட்டுக் கொண்டு அதே வழியில் சென்றான். குடியானவர்கள் இவனுக்கு வேண்டியவர்கள் ஆனார்கள். ஆதி திராவிடர்களுக்குச் சற்றே வருமானம் குறைந்தது. சின்னசாமி அய்யர் காலத்தில் அவர்களுக்கு இருந்த சில சலுகைகளும் கௌரவமும் குறைந்தன. ஆண்டைகள் திடீரென்று தங்கள் போக்கில் மாறுதலைக் காட்டினார்கள். அதட்டல் உருட்டல்கள் அதிகமாயின. புகைச்சல் பரவியிருந்தது. பண்ணைக்குச் சொந்தமான கிட்டங்கி வீட்டில் சில வசதிகளைச் சேர்த்து கண்டியூரில் இருந்து ஒரு குடும்பத்தை அதில் குடியேற்றினான் ராசாளி. அது சேனை கொண்டார் குடும்பம். ராசாளியாரின் காரியஸ்தர்போல் கிராம வேலைகளைக் கவனித்தார் சேனை கொண்டார். ராசாளி அடிக்கடி வந்து போனான். அப்படி வரும்போது சிலசமயம் வேந்தன்குடிக்கும் வந்து ஹோட்டலில் சாப்பிட்டுவிட்டு அப்படியே நாகைய்யர் வீடுகளையும் பார்த்துச் சிறிய வீட்டு வாடகையை வசூலித்துக் கொண்டு போவதும் உண்டு. நாலைந்து வருஷங்கள் ஓடிவிட்டன.

வேந்தன்குடிக்காரர் ஒருவருக்குத் திருவையாறு கல்யாணபுரத்தில் உறவுக்காரர்கள் உண்டு. அவர் திருவையாறுக்குப் போய்விட்டு வந்தால் ஏதாவது அக்கப்போர் நாகு அய்யர் சம்சாரத்தைப் பற்றிக் கொண்டு வருவார். அப்படி ஒருமுறை அவர் போய் வந்தபோது வம்பு பேசுவதற்கு நிறைய விவரங்கள் சேகரித்துக் கொண்டு வந்தார். தெருவில் அவிழ்த்துவிட்டார் மூட்டையை.

"கோவாலி இல்லையே. இந்த சமாச்சாரத்தைக் கேட்க அவர் மட்டும் உயிரோடு இருந்திருந்தால் சும்மா விடுவாரா இதை" என்று தொடங்கிக் கூடிக் கூடிப் பேசினார்கள்.

கிருஷ்ணன் சோகை வந்து செத்துப் போய்விட்டான். அவன் செத்த கதை ரொம்பக் கஷ்டம். கொஞ்சநாள் தான் இருந்திருக்கான் அவன் திருவையாற்றில். இளைத்துத் துரும்பாப் போனானாம். உடம்பு மூஞ்சியெல்லாம் வெளுத்து வீங்கிடுத்தான். நாகு சாப்பிடாமல் வைத்துப் போன தங்க பஸ்மம் நிறைய

இருந்ததாம். அதை எடுத்து ரகசியமாச் சாப்பிட்டுக் கொண்டு வந்தானாம். உடம்பு மோசமானதுக்கப்புறம் தஞ்சாவூரில் இருந்த ஒரு வைத்தியரிடம், அவரும் மலையாளிதானாம். உடம்பைக் காட்டித் தங்க பஸ்மத்தையும் காட்டினானாம். அந்த வைத்தியர் மருந்தை நாக்கில் வைத்தும், வேறு என்னவோ செய்தும் பரிசோதித்துப் பார்த்தாராம்.

"ஓ... இது தங்க பஸ்மம் இல்லையாக்கும். வெறும் சாம்பல். அதோட வேறு ஏதோ கலந்திருக்கு. இது விஷமாக்கும்," என்றாராம். அதற்குப் பிறகு திருவையாறு ஆஸ்பத்திரி டாக்டரிடம் வைத்தியம் செய்து கொண்டும் பயனில்லாமல்... பாவம் கிருஷ்ணன் செத்துப் போயிட்டானாம்."

"ராசாளி கூத்தன்குடிக்கு வந்தால் ராத்தங்காமல் பறக்கிறானாமே"

"பின்னே எதுக்கு அவன் மோட்டார் சைக்கிள் வாங்கி யிருக்கான்?" நீடா மங்கலம் உடையார் பங்களாவிலதான் மோட்டார் சைக்கிள் கெடக்கும். பஸ்ஸில் வந்து இறங்கி! மோட்டார் சைக்கிளில் ஏறி கூத்தன்குடிக்கு வருகிறான். அதே மாதிரி அதில் போய் நீடாமங்கலத்தில் அதைப் போட்டுவிட்டு பஸ் ஏறிப் போகிறான்.

"நன்னிலத்தான் பலே பேர்வழி. இப்படி எல்லாம் வரும்னு அன்னிக்கே தெரிஞ்சிண்டு, நிறையத் தேத்திண்டு, சட்டி சுட்டது, கை விட்டதுன்னு ஓடிப் போயிட்டான்."

"வேந்தன்குடியான் சொத்தை அனுபவிக்க கண்டியூர்லேந்து ஒருத்தன் முளைச்சு வந்திருக்கான் பாரேன்."

"சொத்தை அனுபவிக்க மட்டும்தானா?" என்று ஏகச் சிரிப்பாய் முடியும் வம்பு.

வருஷங்கள் விரைவாகக் கழிந்தன. மதனப் பள்ளியில் சீனு பள்ளிப் படிப்பை முடித்துவிட்டான். காலேஜில் சேரச் சென்னைக்கு வந்தான். நாகு அய்யரின் மூத்த பிள்ளைக்குச் சீனுவிடத்தில் ஒரு அலாதியான பிரியமும் அனுதாபமும் ஏற்பட்டது. சின்னசாமி அய்யர் திருவையாறு சங்கதி ரொம்ப விரசமாயிருப்பதாகவும் அதை நினைத்துத் தான் வருத்தப்படாத நாளே கிடையாது என்றும் எழுதியிருந்தார். நாகு அய்யரின் பிள்ளைகள் மூன்று பேருமே சென்னையில் தான் இருந்தார்கள் – நாகு அய்யர் இறந்த பிறகு சிறிய தாயாருக்கும் அவர்களுக்கும் சிறு சந்திப்புக்கூட நேர்ந்ததில்லை. இனியும் அவளைப் பார்ப்பதாக இல்லை அவர்கள். மைலாப்பூரில் மூத்த

பிள்ளை ஏதோ வியாபாரம் ஆரம்பித்து வசதியாய் இருந்தார். அவருடைய மகனும் பேங்கில் பெரிய வேலையில் இருக்கிறான்.

சீனு மிகவும் தயக்கத்துடன்தான் அண்ணனைப் பார்க்கச் சென்றான். வீட்டில் நுழைந்ததுமே அவன் கண்ணில் பட்டது நாகு அய்யரின் பெரிய போட்டோ படம், வண்ணப்படம், எதிரில் நிற்பது போன்ற பெரிய படம். ஜரிகை மாலை போட்டிருந்தது. போட்டோவைப் பெரிதாக்கி எழுதியிருந்தது. எம்.வி.கே. மூர்த்தி என்ற கலைஞரின் கைவண்ணம், அந்தக் கலைஞர் நாகு அய்யரை நிற்க வைத்து பார்த்துப் பார்த்து வரைந்த படம் அது. சீனுவுக்குச் சில நிமிடங்கள் திக்பிரமை பிடித்தது போலவே இருந்தது. அப்பாவையே பார்த்துக் கொண்டிருந்தான் கண்ணீர் வழிய மேலே படிக்க வேண்டும் என்ற தன் ஆசையையும் சொன்னான். தோற்றத்தில், குரலில், நடையில் எல்லாம் நாகு அய்யரைப் போலவே இருந்த சீனுவிடம் அந்த அண்ணனுக்கு மிகவும் பிரியமும் பாசமும் ஏற்பட்டுவிட்டது. தன் வீட்டிலேயே இருந்து எத்தனை வருஷமானாலும் படிக்கலாம் என்றார். அவரே அழைத்துக் கொண்டு போய் காலேஜிலும் சேர்த்தார்; ஆனால் ஒரே ஒரு நிபந்தனையைக் கட்டாயமாக விதித்தார்; எந்தக் காரணத்தைக் கொண்டும் அவனுடைய தாயார் தன் வீட்டைத் தேடிக் கொண்டு சீனுவைப் பார்க்க வேண்டுமென்று வரக்கூடாது என்றார்; சீனுவுக்கும் புரியவில்லை என்பதில்லை, பதினேழு வயது அவனுக்கு, அவனே தகப்பனார் சிரார்தத்திற்கென்று திருவையாறு போன போது அங்கிருக்கும் சூழ்நிலைகளைப் பார்த்துக் கசந்து போய்த் திரும்புவான், அம்மா செலவுக்குப் பணம் நிறைய அனுப்புவாள்; அடிக்கடி அவனைப் பார்க்க மதனப் பள்ளிக்கே வருவது உண்டு; அண்ணாவோ இப்படிச் சொல்கிறாரே என்று யோசனையுடன் தயங்கி நின்றான் சீனு. “ஏன் யோசிக்கிறாய் பணம் காசு அனுப்புகிறாளே என்றுதானே, வேணும்னா அனுப்பட்டும்; இல்லாட்டா வேண்டாம், இங்கே நம்பாத்தில் உனக்கு ஒரு குறையும் இருக்காது, காலேஜ் செலவெல்லாம் நானே பார்த்துக்கிறேன், எனக்கும் பாத்தியம் உண்டுடா சீனு, நீ நிறைய படிக்கணும், சங்கீதத்தில் உனக்கு ரொம்ப ஈடுபாடு இருக்கிறது தெரியறது. வேணும்னா ஏற்பாடு பண்றேன், எனக்கும் பெரிய வித்வான்கள் எல்லாம் ரொம்ப வேண்டியவர்கள், நம்ம தாத்தா ரொம்ப நன்னாப் பாடுவாராம். அப்பா சொல்லியிருக்கார், நம்மாத்தில் ரொம்ப நாளா ஒரு பழைய சின்ன தம்புரா இருந்தது.

“இப்பவும் இருக்கு பத்திரமா, சரசுவதி பூஜையண்ணிக்கு அதைப் பூஜையிலேகூட வைக்கிறது உண்டு அண்ணா.”

"ஆமாம் அதனாலேதானோ என்னவோ எனக்கும் சங்கீதத்தில் பிரியம் உண்டு, பாடத் தெரியாது. ஆனால் நன்றாக கேக்கத் தெரியும் ரசிக்கவும் தெரியும், நல்லது கெட்டதும் புரியும். இங்கே சங்கீத சபாவிலே நான் முக்கியமான மெம்பர், அதனாலே பல வித்வான்களை தெரியும். வீணை தனம்மாள் வீட்டுப் பாட்டுப் பாணி எனக்கு ரொம்பப் பிடிக்கும், ஜெயம்மா, பாலசரசுவதி, விசுவநாதன் எல்லோரும் எனக்கு வேண்டியவா, நம்மாத்துக்கே வந்து உனக்குச் சொல்லித்தர ஏற்பாடு செய்கிறேன்."

சீனு ஒப்புக் கொண்டான், காலேஜில் படித்தான், சங்கீதம் சொல்லிக் கொண்டான். நல்லவேளையாக அம்மாக்காரி அவனைப் பார்க்க வரவில்லை. செப்டம்பர் லீவு வந்தது, சீனுவை வரச் சொல்லி எழுதினாள். இவன் போகவில்லை, அரை வருஷ லீவு வந்தது. இரண்டு நாட்களாவது தன் கூட இருக்கும்படி வர வேண்டுமென்று அம்மா எழுதினாள், நிறையப் பணம் அனுப்பும் தாயார், சீனு ஒரே பிள்ளை, எது எப்படியிருந்தாலும் தன்னிடம் உயிரையே வைத்திருக்கும் அவளைப் போய்ப் பார்க்காமல் இருக்க முடியவில்லை சீனுவுக்கு, கண் கலங்கியபடி அண்ணாவிடம் அனுமதி கேட்டான்.

"அசடே, இதுக்காக ஏன் அழணும், போயிட்டு வாயேன், என்னதான் இருந்தாலும் பெத்த உறவு. ரத்தப் பாசம் விடுமா, நீ அவசியம் போகத்தான் வேண்டும். போய்க் கொஞ்ச நாள் இருந்துவிட்டு வா, வரும்போது அம்மாவைக் கேட்டு, அவள் இஷ்டப்பட்டால் அந்தப் பழைய தம்பூராவை எடுத்துக் கொண்டு வா. இங்கே அதை ஒரு ஞாபகார்த்தமாக வைத்துக் கொள்ள வேண்டும் என்று ஆசை" என்றார் அண்ணன்.

சீனுவும் திருவையாற்றுக்கு வந்தான், ஆனால் அங்கே இரண்டு நாட்கள் இருப்பதற்குள் கசந்துவிட்டது. தம்பூராவை எடுத்துக் கொண்டு சென்னைக்கு வந்துவிட்டான். இருந்த நாட்களிலும் வீட்டில் அதிக நேரம் தங்காமல், தஞ்சாவூருக்குப் போய் வந்தான்.

அத்தனை விரைவில் சீனு வந்தது அண்ணாவுக்கே வருத்தமாயிருந்தது. இன்னும் சில நாட்களில் திருவையாற்றில் தியாகப் பிரம்ம உத்ஸவம் நடக்க இருந்தது. அவர் ஒவ்வொரு வருஷமும் அந்த நாட்களில் திருவையாற்றுக்குப் போவார். தஞ்சாவூரில் தங்கிக் கொண்டு சங்கீதக் கடலில் மூழ்கித் திளைப்பார். இத்தனை வருஷமாகத் தன் சிறிய தாயார் அந்த ஊரிலேயே இருந்தும் இவர் அந்தப் பக்கம் தலையைக் கூடக் காட்டுவதில்லை, யாருக்கும் இவர் இன்னார், அந்த அம்மாள் இன்னார் என்பது தெரியாது. இந்த வருஷம் சீனு அங்கே

இருந்தால் அதைச் சாக்கிட்டுக் கொண்டு அவளையும் போய்ப் பார்க்கலாம் என்று நினைத்திருந்தார். அதைச் சொல்லியே வருத்தப்பட்டார்.

"நான் உத்ஸவத்துக்குப் போனதே இல்லை, எனக்கும் ஆசையாகத்தான் இருந்தது, ஆனால் அது வீடென்று தோன்ற வில்லை. இனிமேல் நான் அவள் முகத்தில்கூட விழிப்பதில்லை என்ற முடிவோடு இங்கே வந்திருக்கிறேன். நீங்களும் இனிமேல் தயவு செய்து என்னை அங்கே போக வேண்டுமென்று சொல்லாதீர்கள்" என்றான் சீனு.

சீனு காலேஜ் படிப்பை முடித்தான், சங்கீதப் பயிற்சியும் ஆகியிருந்தது. திரும்பத் திரும்ப வர்ணங்களைப் பாடிப்பாடிச் சாதகம் செய்யச் சொன்னார்கள், நேரில் கற்பித்தது பால சரசுவதிதான். ஆனால் அண்ணாவோடு அடிக்கடி அவர்கள் வீட்டுக்குப் போவான். அங்கே சதாசர்வ காலமும் சங்கீத ஒலி கேட்டுக் கொண்டே இருக்கும். வயதான ஜெயம்மாவிடம் க்ஷேத்திக்ஞபதம் பாடம் பண்ணப் பெரிய பாடகர்கள், ஆண்களும் பெண்களும் வருவார்கள். சீனு கேள்வியாலேயே பல நுட்பங்களைத் தெரிந்து கொண்டான். அவனுடைய குரலில் இருந்த ஆண்மையும் கம்பீரமும் தேசஸ் விரிசல் இல்லாத சௌக்கியமும் அந்த வீட்டில் அனைவருக்கும் சந்தோசம் கொடுத்தது. அவனுக்கு இன்னும் சில வருஷங்களுக்குள் சங்கீத வித்தையைக் கரைத்துப் புகட்ட வேண்டும் என்று எல்லாரும் விரும்பினார்கள்.

சீனுவுக்கும் ஆசைதான். படிப்பு முடிந்த பிறகும் ஒரு வருஷம் பாட்டுச் சொல்லிக் கொண்டான். ஆனால் அவன் தொடர்ந்து சென்னையில் இருக்க முடியாமல் போய்விட்டது. அவனுடைய தாயார் மிகவும் நோய்வாய்பட்டுக் கிடப்பதாகத் தந்தி வந்தது, அண்ணாவையும் அழைத்துக் கொண்டு திருவையாறு செல்ல நினைத்தான். ஆனால் அவர் சம்மதிக்கவில்லை. "உங்கம்மாவை எனக்குத் தெரியவே தெரியாது. அப்பா செத்துப் போன போதுகூட அவளை நான் சரியாகப் பார்த்து பேசியதுகூட இல்லை. அப்பா இருந்த காலத்திலிருந்தே கிட்டத்தட்ட இருபது வருஷமா அந்தாத்துச் சொத்து நிலம், பணம் பற்றியெல்லாம் எனக்கோ என் மற்ற தம்பிகளுக்கோ ஒன்றுமே தெரியாது, கூத்தன்குடி பதினெட்டு வேலின்னு அப்பாவும் காரியஸ்தரும் சொல்லிக் கேள்வி, எவ்வளவுன்னு தெரியாது, நகைகள் வெள்ளிப் பாத்திரங்கள் நிறைய உண்டு, அதெல்லாம் இருக்கா இல்லையா என்ன ஆச்சுன்னு அவளைத்தான் கேட்கனும். அந்த ராசாளிங்கிறவன் ரொம்ப ஆடம்பரமா இருக்கான்னு

கேள்விப்பட்டதுண்டு, காதுல விழுந்த சங்கதிதான், கண்ணாலே பார்க்கவில்லை, தந்தி யார் கொடுத்திருக்கான்னு பாரு”

“யாரோ தங்கராசுன்னு இருக்கு”

“அவர் யாரோ... தெரியலை, ஒண்ணு பண்ணு, எனக்குத் தெரிஞ்சவன், நம்பாத்துக்கு அடிக்கடி வருவானே சாமா, அவன் ராஜமய்யர் கிட்ட பாட்டுச் சொல்லிக்கிறான். நாலஞ்சு வருஷமா... உன் வயசுதான் அவனுக்கும். இன்னும் கல்யாணம் ஆகலை, அவனுக்கு ஊரே திருவையாறுதான், ஆனா இப்போ அங்கே அவனுக்கு யாரும் இல்லைன்னு சொல்லியிருக்கான், அவன் தமையன் ஏதோ பணம் அனுப்புகிறான் பெங்களூரிலிருந்து, நானும் அவருக்குப் பணம் கொடுத்து ஒத்தாசை பண்றதுண்டு. வரவர மெட்ராஸில் செலவு ரொம்ப ஆகிறது, ஊர்ப் பக்கமே போறேன், வேறே யார்கிட்டயாவது மேலே சொல்லிக்கணும்னு அவன் சொன்னான் உனக்கும் நல்ல துணை. எப்போதும் கூடவே இருன்னு சொல்லி அவனை அனுப்பறேன், ரெண்டு பேருமாய் போங்கோ, அங்கே இருக்கிற நிலவரங்களை எனக்கு எழுதுங்கோ, அப்புறம் நான் வரேன்” என்றார் அண்ணா. சீனு வரும்போது அவன் தாயாருக்கு நல்ல ஞாபகமில்லை, அலங்கோலமாய்க் கிடந்தாள் சுற்றிலும் மலஜலங்களின் நாற்றம், கூட ஒரு கிழவி இருந்தாள், ரொம்ப நாட்களாய் வீட்டு வேலை செய்து வருகிறாளாம். இரண்டு மூன்று நாட்களுக்கு வரவேண்டாம் வரக்கூடாது என்று சொல்லி ராசாளி அவளைத் தடுத்து விட்டாராம், பிறகு அவள் மனது கேட்காமல் அம்மாவைப் பார்ப்போமென்று இன்றுதான், சீனு வருவதற்குச் சற்று முன்புதான் வந்தாளாம். முதல்நாள் வந்த போது வீடு பூட்டியிருந்ததாம், ஜன்னல்கள் கூட மூடியிருந்ததாம், ஆனால் உள்ளே அம்மா இருந்தாளாம், இன்று வீடு திறந்து கிடந்ததால் வந்து நுழைந்தாளாம். “அந்தப் பாவி நெச்சயமா நல்ல சாவு சாவப் போறதில்லை; பாவம், இந்த அம்மாவை என்ன பாடுபடுத்தியிருக்கான், பாவி அவனே கொன்று போட்டுக்கூட போயிருப்பான். என்னவோ ஏதோ, உயிரோட விட்டிருக்கான்... நீங்க இந்த மவராசி மகனுங்களா? இவங்களை இப்படி அனாதையா விட்டுட்டீங்களே ரெண்டு பேரும்” என்று அந்தக் கிழவி அங்கலாய்த்தாள்.

“சரி கிழவி, இந்த இடத்தைச் சுத்தம் பண்ணு முதல்லே, அம்மாவை வேறே துணி மாத்து, வேறே எடத்துலே கொண்டு போய் படுக்க வைக்கணும் முதல்லே, அப்புறம்...” என்றான் சாமா.

விம்மலும் விக்கலுமாய் விக்கித்து நின்ற சீனு, உனக்கு இந்த ஊரில் பழக்கம் உண்டு இல்லையா, யாரையாவது நல்ல டாக்டராகப் பார்த்து அழைச்சிண்டு வாயேன்” என்றான்.

“முதல்லே இந்த இடத்தைக் க்ளீன் பண்ணனும். வேறே எடத்துலே புதுப்படுக்கையிலே போடணும், அப்புறம்தான் டாக்டர் வரணும்” என்று கடைக்குப் போய், பினைல், டெட்டால் எல்லாம் வாங்கி வந்தான் சாமா. டாக்டரை அழைக்கப் போன சாமா பெட்டியைத் தூக்கிக்கொண்டு வர நடந்து தான் வந்தார் டாக்டர். அந்த வீட்டிற்கு சாமா நுழைந்த போது, “ஓகோ இந்த பேஷண்டுதானா” என்றார், இன்னும் சிலமணி நேரத்தில் உயிர் போய்விடும் என்று சொல்லிவிட்டுப் போனார். அண்ணாவுக்குத் தந்தி கொடுத்தான், நன்னிலத்திற்கும் தந்தி கொடுக்க நினைத்தான் விலாசம் சரியாகத் தெரியவில்லை, எப்படியானாலும் ஆகட்டுமென்று வேந்தன்குடி சின்னசாமி அய்யர் நன்னிலம் என்று விலாசம் கொடுத்துத் தந்தி கொடுத்தான். தங்கராசு என்பது யார் என்று கிழவியிடம் கேட்டார்கள். அவளுக்குத் தெரியவில்லை. அக்கம் பக்கத்தில் விசாரித்தார்கள், “அந்தப் பாப்பாத்தி புருசனோடு ஒரு ஆள் இருப்பான் எப்போதும் அவன் பேருதான் தங்கராசு” என்றார்கள். சாமாவுக்கு ஒன்றும் புரியவில்லை. சீனுவுக்கு என்னவோ மாதிரி இருந்தது. கிழவியிடம் கேட்டான் சாமா, அவள் தலையில் அடித்துக் கொண்டு “அந்த எளவை நானா சொல்லணும்? அந்தப் பாவி ராசாளியைத்தான் இந்த ஊர்க்காரங்க இப்படின்னு சொல்வாங்க” என்றாள். சாமா சிரித்தான், சீனுவுக்குப் பற்றி எரிந்தது. கிழவியிடம் காசு கொடுத்து, “நீ போயி காபி கிளப்பில் சாப்பிட்டுவிட்டு இங்கே வந்து பாத்துக்க, நாங்க போய் சாப்பிட்டு வருகிறோம் சுருக்க வந்துடு” என்று கிழவியை அனுப்பினார்கள். பகல் மணி இரண்டாகிவிடடது. அம்மாவின் தலைமாட்டில் சாவிக் கொத்து கேட்பாரற்றுக் கிடந்தது. பெட்டி, பீரோக்கள் வைத்திருந்த அறை பூட்டியிருந்தது, அதைத் திறந்து பார்க்கலாம் என்று சீனு எண்ணினான், சாமா தடுத்தான். “அண்ணா வரட்டும் அவரையும் இன்னும் யாரையாவது வைத்துக் கொண்டு செய்யணும் அதை, அது எப்படி இருக்குமோ” என்றான்.

இருவரும் போய் சாப்பிட்டுத் திரும்பினார்கள். அம்மாவுக்கு நினைவே திரும்பவில்லை, கையை காலை அசைத்தாளே தவிரப் புரளவில்லை. கிழவி அம்மாவின் வாயில் பால் ஊற்றினாள், அது வழிந்தது, “பல்லு கிட்டிச்சு கிடக்கு பாவம்” நல்லா ஆக்கித் திம்பாங்கா எனக்கும் போடுவாங்க, மூனு நாளுக்கு முன்னே படுத்தாங்க, நான் எனக்குத் தெரிஞ்ச அய்யரு வீட்டு அம்மாகிட்டே கேட்டு கஞ்சி வாங்கியாந்தேன், கொஞ்சம் குடிச்சாங்க, காப்பி வாங்கியான்னாங்க, மங்களாம்பா வெளாசிலிருந்து டிகிரி காப்பி வாங்கியாந்து குடுத்தேன், கட்டப்பட்டுச் சாப்பிட்டாங்க அதை. அண்ணிக்கே என்னை வெரட்டிப்புட்டான் அந்தப் பாவி...

பொறவு எதனாச்சும் குடிச்சாங்களோ இல்லையோ” என்றாள் கிழவி. இரவும் வந்தது, கிழவி குனிந்து குனிந்துப் பார்த்துக் கையை மூக்கின் கீழே வைத்துப் பார்த்துக் கொண்டே இருந்தாள், ராத்திரி பத்து மணி இருக்கும், தூங்கி விட்ட சீனுவையும் சாமாவையும் தட்டி எழுப்பினாள் கிழவி, “உசிரு போயிருச்சி” என்றாள், துணியைக் கிழித்துக் கால்களின் கட்டை விரலைச் சேர்த்து முடித்தாள், கைகள் இரண்டையும் மார்பில் வைத்துக் கை கட்டை விரல்களையும் சேர்த்து முடிந்தாள். தலைமாட்டில் உட்கார்ந்து குரல் எடுத்து அழ ஆரம்பித்தாள். “அதெல்லாம் வேண்டாம், வாயை மூடு” என்றான் சாமா.

சீனு, அம்மா என்று ஒருமுறை இரைந்து கத்தினான். பொலபொலவென்று கண்ணீர் கொட்டிற்று. பக்கத்தில் உட்கார்ந்து பார்த்துப் பார்த்துக் கேவினான்.

“இதுதான் அவங்க மவனா, ‘நீங்க’ என்று கேட்டாள் கிழவி “நான் அவருக்கு சிநேகிதன்” என்றான் சாமா. அவன் அழவேண்டிய அவசியமும் இல்லை, அவனுக்கு அழுகையும் வரவில்லை, ஆனாலும் சீனுவின் துக்கம் அவனையும் சிறிது நெகிழ வைத்தது. சீனுவின் ராஜகுமாரன் போன்ற அழகும் தோற்றமும் சாமாவைக் கவர்ந்து இருந்தன. அவன் கேவிக் கேவி அழுததை அவனால் தாங்கிக்கொள்ள முடியவில்லை. வாசல்கதவு திறந்தேயிருந்தது, வீடு பூராவிலும் உள்ள மின் விளக்குகள் எரிந்து கொண்டிருந்தன. அக்கம் பக்கத்தில் உள்ள வீடுகளிலிருந்து நாலைந்து பேர் ஆண்களும், பெண்களும் திண்ணை விளக்கை போட்டுக் கொண்டு தெருவில் நடந்து வந்து அந்த வீட்டு வாசலைப் பார்த்துவிட்டுச் சென்றார்கள். யாரும் உள்ளே வரவில்லை.

ராத்திரி வெகுநேரம் கழித்துச் சீனுவின் அண்ணாவும் மன்னியும் காரில் வந்து இறங்கினார்கள். உள்ளே வந்து பார்த்தார்கள்.

“சாமா உனக்குத் திருக்களாவூருக்குப் போக வழி தெரியுமா?” என்று கேட்டார் அண்ணா.

“தெரியுமே... என்றான் சாமா.

“நன்னாத் தெரியுமா? ராத்திரி வேளை டிரைவர் இந்தப் பக்கம் வந்ததில்லை. வழி சொல்லி அழைத்துக் கொண்டு போய், இந்தா அட்ரஸ்ஸை வைச்சுக்கோ ஒரே தெரு... தெருக் கடைசியிலேதான் வீடு. என் தங்கை கமலி வீடு, அவளையும் அவள் மாமனாரையும் கையோடு இந்த சமாச்சாரத்தைச் சொல்லி அழைச்சிண்டு வா என்று சாமாவைக் காருடன்

அனுப்பினார், சீனுவுக்கு ஆறுதல் சொன்னார். அவனும் அழுவதை நிறுத்தியிருந்தான் அப்போது.

கிழக்கு வெளுப்பதற்குள் திருக்களாவூர் சம்பந்தி மாப்பிள்ளை கமலி மூவரும் வந்துவிட்டார்கள். விடிந்ததும் நன்னிலத்திற்குள் காரை அனுப்பலாம் என்று யோசித்திருந்தார்கள். அதற்குள் அவரே வந்துவிட்டார். கூடக் குஞ்சம்மாளும் வந்தாள்.

"நான் இப்போ நன்னிலத்தில் இல்லை, சீவாஞ்சியத்தில் இருக்கேன், என் ஆத்துக்காரிக்கும் உடம்பு ரொம்ப நன்றாயில்லை இனிமேல் பிழைக்க மாட்டான்னு டாக்டரெல்லாம் சொன்னதாலே கடைசிக் காலத்துலே அந்த க்ஷேத்திரத்துலே இருக்கணும்னு ஆசைப்பட்டாள், காசிக்கு வீசம் தான் குறைச்சல் சீவாஞ்சியம்னு சொல்வார்கள். வேந்தன்குடின்னு விலாசம் அடிச்சிருந்ததும் நல்லவேளை போஸ்ட் மாஸ்டருக்கு என்னைத் தெரியும், சைக்கிளில் ஆள்கிட்ட கொடுத்தனுப்பினார். திருவாரூர் வந்து நீடாமங்கலம் வழியாத் தஞ்சாவூருக்கு வரச்சே ராத்திரி மணி பணிரெண்டு திருவையாற்றுக்குப் பஸ் கிடையாதுன்னுட்டான். விடிந்து முதல் பஸ்ல வந்தோம். அது சரி இங்கே என்ன சேதி, நீங்கள்ளாம் எப்ப வந்தேள். அம்மா கடைசியிலாவது ஏதாவது வாய்விட்டுச் சொன்னாளோ? ராசாளி இருக்காரா..?" என்று கேட்டான் சின்னசாமி.

"அண்ணா விவரம் சொன்னார்" அய்யய்யோ எல்லாம் ஏதோ விபரீதமான்னா தோண்றது... சீனு வந்த பிறகு ராசாளியைப் பார்க்கவேயில்லை... எங்கே போயிருப்பான் அவன், ஏன் அப்படிப் போகணும்."

நான் ஒரு தடவை... வெறும்னே பார்த்துவிட்டுப் போகணும்னு இங்கே வந்தேன், அது வந்து... அது நடந்து ரெண்டு மாசம் இருக்கும், அப்பவும் ராசாளி இங்கே இல்லை. அம்மா முகம் அறுந்து தொங்கிற்று... அழுதாளே தவிர ஒன்றும் சொல்ல முடியலை அவளாலே. இந்தக் கிழவிதான் இருந்தாள், "அந்தப்பாவி... இந்த மவராசிக்கு ரொம்பத் தொல்லை குடுக்கறான் இந்தம்மா சொல்லவும் முடியாம மறைக்கவும் முடியாம தவிக்குது. ஒங்களைப் போல சாதி சனங்க இருக்கச்சே இந்தம்மா ஏன் இப்படிக் கட்டப்படறாங்கன்னு" கேட்டாள் – வாசலுக்கு வந்து, அப்புறம் வரணும்னு நெனைச்சிண்டிருந்தேன், உடம்புக்கு வந்துடுச்சு, வரவே முடியாமப் போயிடுத்து" என்றாள் திருக்காளவூர் சம்மந்தி.

"உள்ளைத் திறந்து பார்த்தேளா... இரும்புப் பெட்டி பீரோ டிரங்குப் பெட்டியெல்லாம்" என்று கேட்டார்

சின்னசாமி. “இல்லை, நாமெல்லாம் சேர்ந்துதானே அதைச் செய்யணும்னு இருக்கேன். அப்படியே பார்த்தாலும், நமக்கென்ன தெரியப்போறது... உமக்காவது எதெது எத்தனை இருந்ததுன்னு... சரி அதெல்லாம் அப்புறம். மேலே ஆக வேண்டியதை கவனிப்போம்” என்றார் அண்ணா.

எல்லாக்காரியங்களும் முடிந்த பிறகு மத்தியானத்திற்கு மேல் ராசாளி வந்தான், ஒருவரும் அவனிடம் பேசவில்லை. சற்று நேரம் சென்றது. ராசாளி எப்போதும் தான் உட்காரும் நாற்காலியைத் தானே எடுத்துக் கொண்டு வந்து போட்டு அதில் உட்கார்ந்தான், கனைத்தான், உறுமினான், கடைசியில் சின்னசாமி அய்யர்தான் கடுமையான குரலில் அவனைக் கேட்டார்.

“ஏய்யா, இந்தம்மா சாகக்கிடக்கா, வீடு திறந்து கிடந்ததாம், நாதியில்லாம விட்டுவிட்டு எங்கேயோ சுற்றிவிட்டு எல்லாம் ஆன பிறகு வந்திருக்கியே நீ, இதெல்லாம் ஒண்ணும் சரியில்லை.”

“கொஞ்சம் வெவரத்தைப் புரிஞ்சிகிட்டுப் பேசினா, நானும் ஏதாவது சொல்லலாம். நீங்க பாட்டு பேசிகிட்டே இருந்தா அதுலே ஒண்ணும் புண்ணியமில்லீங்க. கிட்டத்தட்ட பத்துப் பன்னிரண்டு வருஷமா நீங்க யாராவது எட்டிப் பார்த்தீங்களா? என்ன ஏதுன்னு வெசாரிக்கவாவது செஞ்சிங்களா? கூத்தன்குடியிலே ஏழெட்டு நாளா ஒரே ரகளைங்க, அங்கே நான் பண்ணைமேம் பார்வை பார்த்துக்க வெச்சிருந்த ஆளை அந்த ஊர்காரங்க கொன்னு போட்டுட்டாங்க. என்னையும் தீர்த்துக் கட்டிடணும்னு இருந்தாங்க. என் மோட்டார் சைக்கிளை அடிச்சு நொறுக்கி அத்தோடு விட்டுட்டானுக, போலீசு வந்தும் புண்ணியமில்லை.”

“ஏன் அப்படியெல்லாம் பண்ணினானுகளா? ரொம்பத் தங்கமான ஆட்களாச்சே அவனுகளெல்லாம்” என்றார் சின்னசாமி.

“அதெல்லாம் உங்க காலத்திலே அப்படி இருந்தாங்களோ என்னவோ... நாற்பத்தெட்டுக்கு அப்புறம் கிசான் கட்சி வந்து சேரியைப் புடிச்சுக் கிடிச்சு, குடியானவங்களுக்கும் அவங்களுக்கும் எப்ப பார்த்தாலும் தகராறும் சச்சரவுமாய்ப் போச்சு. நடுவுலே நம்ம பாடு தான் ரொம்பத் திண்டாட்டமாப் போயிடுச்சு... பட்டறை போட்டா நம்மலுதில்லை. சேர்காடினா ராவோட ராவாக் கொள்ளை, வைக்கப் போரில் தீ வைப்பானுக. இப்படி ஆயிருச்சு. கடைசியிலே நான் சேரிக்காரன்களோட அவுங்க கட்சித் தலைவரை வைச்சிகிட்டுப் பேசி ஒரு விதமா ராசி பண்ணிக்கிட்டேன். குடியானசனங்களுக்கு இது பொறுக்கலை. என் ஆளைக்கொன்னு... என்னையும் கொல்லத் திட்டம்

போட்டானுக, போலீசை அழைச்சிகிட்டு நான் அங்கே கெடந்தேன். நான் இங்கேருந்து போறச்சே அம்மாவுக்கு சொரம் மாதிரி இருந்திச்சு, தங்கராசுன்னு ஒருத்தன்கிட்டே மெட்ராசுக்கு லெட்டர் எழுதிக் கொடுத்தேன். அவனை இங்கே அம்மாவுக்குத் தொணையா இருடான்னு சொல்லி வெச்சிட்டுருந்தேன். அவசரமா பொறப்பட்டு போனேன். அந்தக் கடுதாசு உங்களுக்குக் கிடைச்சுதா? அம்மா என்னிக்கு காலமானாங்க? நீங்கள்ளாம் எப்ப வந்தீங்க... இந்தப் பய தங்கராசு எங்கே, அவன் நீங்க வரச்சே இங்கே இருந்தானா?"

"லெட்டர் வரவில்லை தந்தி வந்தது, 'அம்மாவுக்கு உடம்பு ரொம்பச் சரியில்லை. ஆபத்து என்று தங்கராசு தான் தந்தி கொடுத்தான். சீனுவை அனுப்பினேன். அவன் வந்த போதுத் தங்கராசுவைக் காணவில்லை. அப்புறமும் காணோம், காலமான பிறகுதான் நாங்க எல்லாம் வந்தோம். இதெல்லாம் சரி, அம்மா சுயநினைவே இல்லாம கிடந்திருக்காள், சாவி கேட்பாரற்றுக் கிடந்திருக்கிறது, தங்கராசுங்கறவனையே காணோம், நாங்க இன்னும் உள்ளே திறந்து பார்க்கலை. நீயும் இருக்கணும். இப்ப பார்த்துடுவோமா?"

"நல்லாப் பாருங்களேன், நான் எதுக்கு, பெட்டியில் பீரோவில் என்ன இருந்ததுன்னு எனக்குத் தெரியாது. நான் அந்த உள்ளை எட்டிக்கூடப் பார்த்ததில்லை. இது வரைக்கும், கிருஷ்ணன் இருந்தாருங்களே அவரு ஏதோ எடுத்துட்டாருன்னு அம்மா சொன்னது உண்டுங்க, அவரு கொஞ்சம் தஞ்சாவூர்ல மைனர் வெளையாட்டு வெளையாடினாரு, அப்புறம் படுக்கையிலே விழுந்துட்டாரு. என்ன எடுத்தாரு எவ்வளவு எடுத்தாருன்னு அம்மாவும் சொல்லலை, நானும் கேக்கலை, கிருஷ்ணன் செத்ததுக்குப் பொறவு அவருக்கு உறவுக்காரங்கன்னு சொல்லிக்கிட்டு யாரோ வந்தாங்க. என்னெல்லாமோ கேட்டாங்க, அப்புறம் மெரட்டினாங்க. அப்புறம் எனக்குத் தெரியாம அவங்களுக்கு ஏதோ கொடுத்து, ஏதோ என்ன கொஞ்சம் நெறையவே கொடுத்து அனுப்பியிருக்காங்க அம்மா" என்றான் ராசாளி.

திறந்து பார்த்தார்கள், வெள்ளிப் பாத்திரங்கள் இருந்தன. "இது ரொம்பக் குறைந்திருக்கிறது" என்றார் சின்னசாமி. நகைகள் எதுவுமே இல்லை, பணம் இல்லை" ஏதாவது அம்மா கையில் பணம் இருந்ததா!" என்று கேட்டார் சின்னசாமி.

"அதிகமா இருக்க நியாயமில்லை. நானூறு, ஐந்நூறு இருந்திருக்கும்" என்றான் ராசாளி.

"சரி பேங்க் கணக்கு கிணக்கு ஏதாவது."

"அதெல்லாம் கிடையாதுங்க"

திருக்களுக்காவூர்க்காரர் சொன்னார் "அந்தம்மா உடம்பிலே நிறைய கிடந்ததே, ரெட்டை வடம் சங்கிலி, கையில் வளையல்கள், கெட்டிக் கொலுசு வைரக் தோடு சேப்புத்தோடு அதெல்லாம் என்ன ஆயிருக்கும். இந்தக் கிழவியைக் கொஞ்சம் விசாரிக்கணும்."

"அது பாவம் அதுமேலே சந்தேகப்படவே வழியில்லை" என்றார்கள் சீனுவும் சாமாவும்.

கிழவியைக் கூட்டிட்டு விசாரித்தார்கள். அவள் தனக்கொன்றும் தெரியாது என்றாள்.

"கிழவியை வராதேன்னு சொல்லி விரட்டினாயாமே, ஏன்!" என்று ராசாளியிடம் கேட்டார்கள்.

"தங்கராசுவை இருக்கச் சொன்னேன். ஒரு அய்யர் வீட்டிலே சொல்லி அம்மாவுக்குச் சாப்பாடு காபியெல்லாம் கொடுங்கன்னு பணம் கொடுத்துட்டுப் போனேன். அம்மாவைத் தவிர வீட்டில் யாருமில்லாத நேரம், அதனாலே வரவேண்டாம். நான் வந்ததும் வரலாம்னு சொல்லித்தான் அனுப்பினேன்."

"தங்கராசு எங்கே..."

"அவன் கடுதாசை தபால்லே போடாமே அதில இருக்கிற விலாசத்தைப் பார்த்து தந்தி கொடுத்திருப்பான்னு தோணுது, ஆளையும் அதிலேந்து காணலை, எதுக்கும் நான் போயி அவனைக் கொண்டு வரேன். தேடிப் பிடிச்சு" என்று ராசாளி வெளியே போனான்.

"அவ நகையெல்லாம் கிழங்கு கிழங்கான்னா இருக்கும். எடுத்த கை சிவக்கிற மாதிரின்னா ரெட்டை வடம் சங்கிலி போட்டுண்டிருந்தா, அகலமாப் பெரிய தோடுன்னா அவளுடைய வைரத்தோடு, எட்டுக்கல் பேசரியும் மூக்குத்திகளும் எல்லாமே வைரமாச்சே. ஒண்ணுமே இல்லங்கறேளே ரொம்ப வயத்தெரிச்சல் அது" என்றாள் குஞ்சம்மா. மறுபடியும் கிழவியைக் கூப்பிட்டுப் பேசினார்கள்" அந்தப்பாவி அம்மாவை ரொம்ப இம்சைப் படுத்தி... கை நீட்டியே அடிச்சிருப்பான் போலவும் தோணிருச்சு... அந்த மவராசி சொல்லிச் சொல்லி அழுதாங்க அப்படி. இளுத்துகிட்டு போய் ரெஜிஸ்தர் ஆபிசிலே நெலத்தை எழுதி வாங்கிட்டான்னும் சொன்னாங்க. வீட்டையும் குடுக்கக் கையெழுத்துக் கேட்டுக்கிட்டே இருந்தான், அது வெவரம் எனக்குத் தெரியாதுங்க இந்தப் பய தங்கராசு திருட்டு முழி

முழிச்சிகிட்டே இங்கே சுத்திக் கிட்டிருந்தார். அந்தப் பாவி தான், ரூமைத் திறந்து எல்லாத்தையும் சுருட்டிகிட்டு போயிருப்பானோ என்னவோ, ராசா, ராசாவா நீங்க இத்தனைப் பேரா இப்ப வந்தீங்களே, முன்னாடியே வந்து கவுனிச்சிருக்கலாம்ல, இவ்வளவு சொத்தும் தங்கமும் வைரமும் இருந்தும் இந்த மவராசி அந்த பாவியைக் கட்டிக்கிட்டு அழுதாத்தான் என்ன... இப்படியா விட்டுடணும் நீங்கள் எல்லாம்" என்று கிழவி அடுக்கினாள்.

ராசாளி வந்தான். "அந்தப் பயலை சல்லடைப் போட்டுச் சலிச்சுப் பார்த்தாச்சு... எல்லோரும் அவனைப் பார்க்கவே இல்லேன்னு சொல்றாங்க. பயல் தலைமறைவாயிட்டான். என்னிக்கிருந்தாலும் அவனைப் புடிச்சாந்து மாறுகால் மாறுகை வெட்டிப் போடறேன். உங்கள் கண் முன்னாலே, பயல் என்னையே எத்திப்பிட்டானே" என்று வீரம் பேசினான்.

"பேங்கிலேயும் பணம் இல்லேங்கறே, இத்தனை வருஷமா வந்த வரும்படியெல்லாம் என்ன ஆச்சு? அம்மாவை ஓட்டாண்டியாகவா நீ கூத்தன்குடியிலே பண்ணை வச்சு வாழ்ந்தே?" என்றார் சின்னசாமி. "வருமானம் வரவரக் குறைஞ்சுகிட்டே வந்ததுங்க, ஒரு வருஷம் புயல்காத்து ஆத்து வெள்ளம்னா, இன்னொரு வருஷம் மழையேயில்ல, மறுவருஷம் மழை பெய்ஞ்சு கெடுத்துடுச்சு, தவிர கிசான் கட்சியும் கிராமத்திலே சண்டை சச்சரவுமாய் போச்சு. இத்தனைக்கும் மீறி வந்ததை வஞ்சனையில்லாம அம்மாவுக்கு கொடுத்திருக்கேன். கொளந்தை சீனு படிப்புக்குன்னு ஏராளமா செலவழிச்சாங்க... அப்புறம் அவங்களுக்கு வைத்திய செலவு அது இதுன்னு..."

"சரி கணக்கு கிணக்குன்னு ஏதாவது எழுதி வச்சிருக்கியா?"

அதெல்லாம் வழக்கமேயில்லை வாய்க்கணக்குதான்."

"அதுவும் ஒத்தை வாய்க் கணக்கு."

"சரி, உன்னிடம் கடைசியா ஒண்ணு கேட்கிறேன். நீ விற்ற நிலத்தை மறுசாசனம் பண்ணி யாருக்கோ விற்று விட்டதாகத் தெரிகிறதே... வீட்டையும் ஏதாவது."

"வீட்டுக்கு பத்திரம் இருக்கிறது நல்ல வேளையா" என்றார் மூத்தபிள்ளை.

"பெருஞ்செலவுக்கு வேற வழி தெரியலை, அம்மாவே மன மொப்பித்தான் சாசனம் பண்ணினாங்க."

"சரி, இதோடு போய்விடு; இனிமேல் உனக்குக் கூத்தன்குடியில் வேலையில்லை; இன்னமும் ஏதாவது தொல்லை கொடுக்கிறதா எண்ணம் உண்டா; அதையும் சொல்லிவிடு."

“என்ன சொல்றீங்க?”

“ஏன் புரியலையா... சட்டப்படி நடவடிக்கை எடுத்து உன்னோடட விவகாரம் பண்றதா நாங்க நினைக்கலை; இதோட நீ விலகிவிடு; இல்லேன்னா..?”

“பயமுறுத்துறீங்களா... யாரை... என்னையா... இல்லாட்டி; வெலகாட்டீ என்ன செய்வீங்களாம்...”

“தங்கராசுவையும் உன்னையும் சேர்த்து போலீசுலே கம்ப்ளைண்ட் கொடுக்க எத்தனை நாழியாகும்... ஆனா அதிலே வேற பல சங்கடங்கள் இருக்கே; உனக்கும் அது தெரியும்... நீ தைரியமா, மொறைப்பா பேசுறதுக்கே அதுதான் உன் பலம்; ஆனா நாங்களும் துணிஞ்சுட்டா... அந்த வார்த்தைக்கும் பழைய கதைகளுக்கும் பயப்படாம... கூச்சப்படாம துணிஞ்சிட்டா. உன் பலம் குறைஞ்சுடும். ஆனா அந்த வழி வேண்டாம், இனிமேல் உனக்கும், எங்களுக்கும் எந்த விதமான சம்பந்தமும், வேண்டாம். போனதெல்லாம் போகட்டும்... இத்தோடு எங்களை விடும்... நாங்களும் உன் வழிக்கு வரவேண்டாம். இது இரண்டு பேருக்கும் நல்லதுன்னு சொல்றேன். அப்புறம் உன் இஷ்டம்.

“சரி அப்படி எழுதித்தருங்விகளா?” என்றான் ராசாளி. “எதுக்காக... எழுதித்தரணும், யாருக்கு யார் என்ன எழுதிக் கொள்வது? இதுக்கு முன்னாடி உனக்கும் எங்களுக்கும் ஏதாவது எழுத்து மூலமா இல்லையே?” என்று சமாதானமாகவே சொன்னார் சின்னசாமி.

“சரி இந்த நிமிஷத்திலிருந்து நான் விலகிக்கிறேன்; அப்புறம் போலீசு – கம்ளைண்ட் ஏதனாச்சும் போனீங்கன்னா நான் ரொம்பப் பொல்லாதவனாயிடுவேன். சந்தி சிரிக்கனும்னா அதையும் செஞ்சு பாருங்க. உறுதியாச் சொல்றேன், இனிமே நான் உங்க வழிக்கு வரமாட்டேன். நீங்களும் என் வழிக்கு வராதீங்க” என்று சொல்லி நகர்ந்தான் ராசாளி.

சின்னசாமி அய்யர் கூடவேயிருந்து காமா கோமான்னு அதிக ஆடம்பரமோ செலவோ இல்லாமல் பாக்கி நாள் காரியகங்களை முடித்தார். மூத்த பிள்ளை சென்னைக்குப் போய் வந்தார், திருவையாற்று வீடு வாடகைக்கு விடப்பட்டது. சீனுவும், சாமாவும் வேந்தன்குடிக்கு வந்துவிட்டார்கள். ராசாளி சொன்னானாம், சில நாட்களுக்கு முன் கிட்டங்கி வீட்டைக் காலி செய்திருந்தார் அதில் குடியிருந்தவர். அங்கே இருந்து கொண்டு ஹோட்டலில் சாப்பிட்டுக் கொண்டிருந்தார்கள் – சீனுவும் சாமாவும். சின்னசாமி அய்யர் சீனுவையும் அழைத்துக் கொண்டு கூத்தன்குடிக்குப் போனார். அங்கே பழைய குடியானவர்கள் சிலர்

காலமாகி அவர்களுடைய மகன்கள் தலை தூக்கியிருந்தார்கள். வயதான சிலர் சின்னசாமி அய்யாவைப் பார்த்துப் பேசினார்கள். ஆதி திராவிடர்களிலும் முன்பிருந்த சிலர் இருக்கவில்லை. எல்லோரும் புது முகமாய் இருந்தார்கள். நீண்ட நேரம் பேசிக் கொண்டிருந்தார்கள். குடியானவர்களுக்கும் சேரிகாரர்களுக்கும் சுமுகமான உறவு இல்லையென்று தெரிந்தது. பண்ணையின் கிட்டங்கி வீடு எரிந்து கிடந்தது, பதினைந்து வருஷங்களுக்குள் ஊரே பல வகையிலும் மாறியிருந்தது. வயதானவர்களிடம் பேசி "இனி மேல் சீனுதான் முதலாளி; இதுதான் நம்ம நாகு அய்யர் மகன். இப்போதைக்குப் பண்ணை, கிண்ணை வைக்கிற உத்தேசம் இல்லை. நீங்க எல்லாருமாச் சேர்ந்து சொல்லுங்கோ. குத்தகைச் சீட்டு எழுதிக்குடுங்கோ இனிமேல் ராசாளி இங்கே வரமாட்டான்" என்று சொல்லிக் கொண்டிருந்தார் சின்னசாமி அய்யர்.

"அந்தப் பாவிபய பேரைச் சொல்லாதீங்க சாமி, ஊரையே பாழாக்கிட்டான் அந்தப்பாவி… அவன் ஏன் இங்கே வந்தான் சாமி, எங்க யாருக்குமே தெரியாம ஒரு போக்கிரி நாயை உள்ளே விட்டுட்டிங்களே. அவனுக்கு அவன் உசிருமேல ஆசை இருந்தா இந்தப் பக்கம் தலைகூட வச்சுப்படுக்க மாட்டான். அவனைக் கண்டால் உடனே கபால்னு பாஞ்சு அவனைக் கண்ட துண்டமாக்கி போடணும்னு இங்கே நாங்க எல்லோருமே" என்றெல்லாம் பல குரல்கள் வெடித்தன.

"சரி இந்த வருஷம் சம்பா எல்லாம் எப்படி… வயல்களைப் பார்த்தா விளைச்சல் பல இடத்துலே சரியில்லேன்னு தெரியுதே. அறுவடையெல்லாம் எப்படி..? ஏதாவது நெல்லு பாக்கியிருக்கா?"

"அதெல்லாம் ஒன்னும் கேக்காதீங்க சாமி, ஏதோ அறுத்தோம், எங்கோ போய்விட்டது எல்லாம். ஏக நஷ்டமுங்க அந்தப்பாவி வேறே கொள்ளையடிச்சிகிட்டுப் போயிட்டான். பழியை எங்க மேலே போட்டுப் போலீசைக் கொண்டாந்து ஊரையே பாழாக்கிட்டுப் போயிட்டான், இந்தப் பெரிய கட்டத்திலேந்து, இப்பத்தான் கரையேறி வந்திருக்கோம், ரண்டு மூணு கொலை விழுந்துடுச்சுங்க, அதோ இருக்காங்களே ஆதி திராவிடப் பெரு மக்களுங்க, அண்ணன் தம்பிங்க மாதிரி இருந்தோமுங்களே உங்க காலத்துலே, எல்லாம் கனவாப் போயிருச்சுங்க" என்றார்கள் குடியானவர்கள்.

எங்களுக்கும் புத்தி வந்திடுச்சுங்க. தலைவனுக்கும் கட்சிக்கும் அமாவாசை வரி அழுது தொலைத்ததுதாங்க மிச்சம். இவுங்க இந்த ஆண்டைமாருங்க, இன்னும் அதையே ஏன் நெனைக்கனும், இனி மேலாச்சும் நல்லபடியா ஒத்துமையா வளரணும்னு

நாங்க எல்லார் கால்லையும் வுளுந்து கேக்கிறோம், நீங்களும் சொல்லுங்க, பழையபடி கூத்தன்குடியா இனிமேதான் ஆவணும்" என்றார்கள் சேரிக்காரர்கள். "சரி நான் சொன்னா கேப்பீங்களா எல்லாரும்? அப்படி ஒண்ணும் நான் அநியாயமாச் சொல்ல மாட்டேன்னு நம்புவீங்களா" என்று கேட்டார் சின்னசாமி அய்யர்.

"சொல்லுங்க சாமி" என்றார்கள் இரு திறத்தார்களும், "மேல் வாரம், கீழ்வாரம் பத்தியெல்லாம் நூத்துக்கு இவ்வளவு அவ்வளவுன்னு ஏதேதோ சட்டமெல்லாம் வந்திருக்கு, ஆனா அது வெறும் பேப்பர் சட்டம்தான். ஊருக்கு ஊர் நடைமுறையில் எத்தனையோ தினுசு இருக்கு, கோர்ட்டுக் கச்சேரிலேதான் சட்டத்தைப் பார்க்கணும். கிராமங்கள்ளே அதுக்கெல்லாம் அர்த்தமே இல்லை, இதெல்லாம் உங்களுக்கும் தெரியும்னுதான் நினைக்கிறேன்; ஆனா எல்லாமே மாறி வரும் காலம் இது; அதுவும் தெரியும்; அதனாலே நான் ஒரு மாதிரியா ஏற்பாடு சொல்றேன்; நல்லாக் கேட்டுக்குங்க; யோசனை பண்ணிச் சொல்லுங்க; நேரம் ஓடிப்போச்சு; ஏற்பாட்டைச் சொல்லிவிட்டு நாங்க போயிட்டு நாளைக்கு வரோம்; முடிவாச் சொல்லுங்க; நம்ம கிராமம் பதினெட்டு வேலி; சேரிக்காரன்களுக்கு ஒன்பது வேலி; குடியானத் தெருவுக்கு ஒன்பது வேலி ஸ்தலம் பிரிச்சுக் குத்தகைக்குச் சீட்டை எழுதி வாங்கிக்கொள்ள வேண்டும். மாவுக்கு எட்டு மேனிக்குத் தூசி துப்பட்டை பதர் இல்லாம அளக்கணும்; தனித்தனியாகவோ, கூட்டாகவோ எப்படி இஷ்டமோ அப்படிச் சீட்டு எழுதிக் கொள்வோம், உளுந்து பயறு தெளிச்சா கணிசமா நெருக்கணும், கூலி சாகுபடிச் செலவு எல்லாம் உங்கள் பொறுப்பு, கிஸ்தி வாய்தாவெல்லாம் ஐயா தருவார். இப்போதைக்கு வைக்கோல் வேண்டாம். பின்னாடி அவங்க கறவை மாடு கண்ணு வைச்சிண்டா கொஞ்சம் கொடுக்கணும், மற்றபடி தென்னந்தோப்பு என் காலத்திலே கீழண்டை ஒரே தோப்புத்தான் இருந்தது. இப்போ இந்த வடவண்டைத் தோப்பு நான் வைத்தது, நன்கு வளர்ந்து காய்ச்சிருக்கு. இரண்டையும் குத்தகைக்கு நீங்களே எடுத்துக் கொள்ளலாம். என்ன நான் சொல்றது புரியறதா... ஒப்புக் கொள்ளலாம் போல இருக்கா... யோசிச்சு நாளைக்கு.

"இதுலே யோசனை பண்ண என்னங்க இருக்கு"

கூலிச் செலவு எல்லாமே ரொம்ப அதிகமாவுதுங்க இப்போல்லாம், உங்க காலத்தைவிட கிட்டத்தட்ட ரெண்டு பங்காயிடுச்சு, மாவுக்கு அஞ்சு மேனிக்கே தாக்குப் பிடிக்க முடியுமான்னு தோணுது, அதனாலே சகட்டு மேனிக்கு மாவுக்கு அஞ்சு கலம்னு முடிச்சுக்குங்க. அவுங்கள்ள நாலு பேரும் எங்கள்ள

நாலு பேரும் பிரிச்சு எடுத்துக்கலாம், நாளைப் பார்த்துக்கிட்டு வேந்தன்குடிக்கே வந்து சீட்டு எழுதிக்கலாம், நீங்க நாளைக்கு வேறே வந்து ஏன் மெனக்கிடணும்" என்றார்கள். நாளைக்கே நல்ல நாளுதான் பஞ்சாங்கம் இருந்தா கொண்டு வாங்க, எதுக்கும் இன்னொரு தடவை பார்த்துடறேன்" என்றார் சின்னசாமி.

பஞ்சாங்கம் வந்தது. மறுநாள் நல்லநேரம் பகல் மூணு மணிக்கு மேலே, எல்லோரையும் மறுநாளே வரச்சொல்லிவிட்டு வேந்தன்குடிக்கு வந்தார்கள் சின்னசாமியும் சீனுவும்.

சீனுவுக்கும், சாமாவுக்கும் ஊர் புதியது, சீனு பிறந்தது வேந்தன்குடியில்தான் என்றாலும் விவரமறியாத வயதில். ஐந்தாறு வயது இருக்கும்போது அம்மாவோடு திருவையாற்றுக்குப் போனான், அதற்குப் பிறகு வேந்தன்குடிக்கே இப்போதுதான் வந்திருக்கிறான், போது போகவில்லை, சீனுவுக்குப் பெரிய வீட்டைப் பார்க்கும் போதெல்லாம் தேசல் மாசலாய்ப் பழைய நினைவுகள் வந்தன. தொடர்ந்து, தெருமுழுவதும் மெல்ல மெல்லத்தான் ஞாபகத்திற்கு வந்தது, எதிர்த்த வீட்டுக்காரர்களும் பக்கத்து வீட்டுக்காரர்களும் இன்னும் தெருவில் பலரும் இவனைக் கூப்பிட்டு உறவு கொண்டாடிப் பேசினார்கள், இருந்தாலும் எல்லாருமே சீனுவுக்குப் புதியவர்களாகவே தோன்றினார்கள். பல மாதங்கள் கழிந்த பிறகே எல்லாருடனும் பழக ஆரம்பித்தான். பெரிய வீட்டில் இருந்த அரசாங்க அலுவலகம் வேறு இடத்திற்கு மாறிச் சென்றது. சாமாவும் சீனுவும் அந்த வீட்டிற்கு மாறிக் கொண்டார்கள். கிட்டங்கி வீட்டை வாடகைக்கு விட தீர்மானித்தார்கள். அப்போதுதான் நான் அந்த வீட்டிற்குப் போனேன். பக்கத்து வீட்டில் எப்போதும் பாட்டுச் சத்தம் கேட்கும், சாமாவும் சீனுவும் மாறி மாறிப் பாடுவார்கள். சீனுவுக்கு அப்போது விஸ்தாரமாக ராகம் பாடத் தெரியாது. சாமா பாடுவான். அவனுக்கும் அப்படி ஒன்றும் நல்ல ஸ்வர ஞானம் அதிகமாக கிடையாது, பாடுகிறவரை பிசிர் இல்லாமல் பாடுவான், கீர்த்தனைகள் சில சாமாவுக்குத் தெரியும், சீனுவுக்குக் கீர்த்தனை பாடம் ஆரம்பிப்பதற்குள் திருவையாற்றுக்கு வந்து வேந்தன்குடிக்கும் வந்துவிட்டான்; சிலசமயம் நானும் போய் அவர்களுடன் உட்கார்ந்து பாட்டுக் கேட்பது வழக்கம், நல்ல ரேடியோ வைத்திருந்தான், நல்ல கச்சேரிகள் இருக்கும் நாட்களில் கச்சேரி முடிந்தபிறகு பேசிக்கொண்டிருப்பதுண்டு.

"ஸார் சீனுவுக்கு நல்ல பிர்க்கா சாரீரம், என் சாரீரமும் அப்படித்தான், இவன் தனம்மா பாணியில் மத்திம காலத்திலும் சுவுக்கக் காலத்திலுமே வர்ணங்களைப் பாடம் செய்திருக்கிறான். இனிமேல் கீர்த்தனை பாடம் பண்ற போதும் அதையே வெச்சிண்டால் சுவாரசியப்படாது என்று நான் சொல்கிறேன்.

தாம்புக் கயிறு இழுப்பெல்லாம் யாரோ சில பேருக்குத்தான் ரசிக்கும். எனக்கென்னவோ ஜி.என்.பி. பாணியிலேதான் மனசு போறது, நீங்க என்ன சொல்றேள்" என்று ஒரு நாள் சாமா கேட்டான்.

"அவாவாளுடைய சாரீர அமைப்புக்குத் தகுந்த பாணிதான் நல்லது. ஆனா, சவுக்க காலத்துப் பாட்டையோ, மத்திம காலத்தையோ பாடறதுக்கு நல்ல ஞானபலம் வேண்டும், தனம்மா பாணி ரொம்ப மடியான பாட்டு, பரம சுத்தம்... எல்லாராலேயும் அதைச் செய்ய முடியாதுதான்" என்றேன் நான்.

சாமாவும் இதை ஒப்புக் கொண்டான். "உங்க ரெண்டு பேருக்குமே இன்னும் வித்தை பூர்ணமாகவில்லை, இன்னும் பாடம் ரொம்ப ஏறணும், நம் முல்லை அய்யாவுன்னு ஒரு வித்வான் இருக்கிறான், நீ சொல்ற மாதிரியே அவன் ஜி.என்.பி. பாணியிலே ரொம்ப உழைச்சவன். பெரிய வித்துவான். ஏராளமான உருப்படிகள் பாடம் பண்ணினவன். தியாகய்யர்வாள் தீட்சிதர் சியாமா சாஸ்திரிகள் கீர்த்தனைகள், பதம், ஜாவளி, தில்லானா ஏராளமாத் தெரிஞ்சவன், இதிலே இன்னொரு முக்கியமான விஷயம், அவன் ஆரம்பத்தில் முரட்டுத் தவுல்காரன், நம்ம மீனாக்ஷி சுந்தரம் பிள்ளைக்குப் போட்டியா ஈடு கொடுத்துப் பேர் வாங்கியவன். தவுல்காரனுக்கும் நாயனகாரனுக்கும் கொடுக்கும் அளவு மாரியாதையோ மற்றதோ இல்லேன்னு சொல்லிப்புட்டு வாய்ப்பாட்டு கத்துண்டவன்; லயத்துக்குள் கேட்கணுமா என்ன? ஒரு நாளைப் பார்த்து அவனிடம் நீங்க சொல்லிக்கலாம், பாவம் இப்போ அவன் வசதி இல்லாம இருக்கான்.

சாரீர வசதியும் இல்லாமத்தான் இருக்கான், திரின் தாயி சாதகம்–மேய்க்காலச் சாதகம்னு அசுர சாதகம் பண்ணிக் கத்தோ கத்துன்னு கத்தித் தொண்டையெல்லாம் வெங்கார் வெடிப்பா வெடிச்சுப் போச்சாம்; நீங்க என்ன ஆரம்ப சிக்ஷயா இப்போ; அவன் வழி காண்பிச்சாலே போதுமே படிச்சுக்கலாமே. அவன் கிட்டே சங்கீதம் ரொம்ப முடங்கிக் கிடக்கு; நீங்க ரெண்டு பேரும் மகா வித்வான்கள் ஆயிடலாம்" என்றேன்.

நானே போய் அய்யாவுவை அழைத்து வந்தேன்; உண்மை யாகவே ரொம்ப ஆசையும் ஆர்வமுமாய்ச் சொல்லி வைத்தான். சாமாவும் சீனுவும் அதே வேலையாக அதில் ஈடுபட்டுப் பாடினார்கள்.

இன்னும் இரண்டே வருஷத்திலே ரெண்டு பேரும் 'மேஜர்' கச்சேரியே செய்வாங்க. ஒரு நல்லநாள் பார்த்து இப்பவே அரங்கேத்துபடி செஞ்சுடணும்" என்று சொல்லிக்

கொண்டிருந்தான் அய்யாவு. அவன் கஞ்சிராவைக் கையில் வைத்துக்கொண்டு வியவகாரமாக ஸ்வரம் பாடச் சொல்லிக் கொடுத்து வந்தான்; ஆச்சாரப்பாட்டில் சுகபாவம் குறைந்து விட்டது; சாமாவுக்கு இந்த வழிதான் ரொம்ப பிடித்தது. சகவாச தோசம்; சீனுவும் அதே வழியில் பாடினான்.

காலம் ஓடிற்று; சங்கீத பரிபாஷை காலத்தைச் சொல்லவில்லை நான்; அய்யாவு லயத்தில் புலி; இரண்டு சிஷ்யர்களுக்கும் கையில் லகான் கனகச்சிதமா இருக்கு என்று அவன் சொல்வான். காலப் பிரமாணம் கணக்காய் இருப்பதை அவர்கள் அப்படிச் சொல்வார்களாம். நான் சொன்னது நாட்கள் மாதங்கள் ஓடினதைத்தான். ஹோட்டல் சாப்பாடு சரிப்பட்டு வரவில்லை; ஹோட்டல்களில் ருசியெல்லாம் போய்ப் பல வருஷங்கள் ஆகிவிட்டன. “சாப்பாடு மோசமாயிருக்கிறது என்றார்கள் சீனுவும் சாமாவும். ஓர் அம்மாவைப் பார்த்து ஏற்பாடு பண்ணினேன். வருவோரும் போவோருமாய் வீட்டில் சாப்பாட்டுச் செலவு காப்பிச் செலவு அதிகமாகிக் கொண்டே வந்தது. ரொக்கக் கடையில் அக்கிரமமான வட்டிக்குக் கடன் வாங்கிச் செலவழித்துக் கொண்டிருந்தான் சீனு. பெரியவர்களாய் இருந்து அவனுக்கு நல்லது கெட்டது சொல்ல யாருமில்லை, கூத்தன்குடியில் வசதியாயிருந்த குத்தகைக்காரர்களிடம் நிறைய முன்பணமாகவே வாங்கி வந்தான்.

சின்னசாமி அய்யர் காலமாகிவிட்டார். திருக்களாவூர் சம்மந்தியும் இப்போதில்லை. ஏனோ நாகு அய்யரின் மூத்தபிள்ளைகள் பட்டுக்கவே இல்லை. நான் கொஞ்சம் மெனக்கிட்டு உள்ளூரிலே பக்கத்திலேயே சீனுவுக்கு ஒரு கல்யாணத்தைப் பண்ணி விடவேண்டும் என்று முயன்றேன். நல்ல இடத்துப் பெண்கள் கிடைக்கவில்லை. அவர்கள் என்னைத் தாறுமாறாகப் பேசி அனுப்பிவிட்டார்கள். சரி கொஞ்சம் சாதாரணமான இடத்திலாவது ஏழையான குடும்பங்களிலோ பார்க்க வேண்டுமென்று முயன்றேன். சீனுவின் தாயார் கதை அங்கேயும் குறுக்கே வந்து நின்றது. இதற்குள் சாமாவும் சீனுவும் சேர்ந்து மைனர் விளையாட்டுக்களை ஆரம்பித்து விட்டார்களென்று கேள்விப்பட்டேன். அய்யாவு பாட்டுக்கு முற்றுப்புள்ளி வைத்தாகிவிட்டது, வீட்டிலேயே எல்லாம் நடக்கும் கட்டமும் வந்தது. சீட்டாட்டம், குடி அர்த்தராத்திரிக்கு மேல் எங்கிருந்தோ பெண்கள் வருவதாக ஊர் முழுதும் பேச்சு, ஒரு நாள் என் கண்ணிலேயே படக்கூடாததெல்லாம் பட்டுவிட்டது. உபதேசம் பண்ணப் போனேன், உதைக்காத குறையாகக் கண்டபடி பேசினார்கள், மறுநாளே நான் வேறு தெருவில் வீடு பார்த்துக் கொண்டு வெளியேறிவிட்டேன்.

திருவையாறு வீட்டை விற்றுவிட்டுப் பழைய கார் ஒன்றை வாங்கினான், ஆழும்பாழுமாய்ச் செலவழித்துக் கொண்டு கெட்டு அலைகிறான் என்று சொன்னார்கள். நான் விரும்பாவிட்டாலும் என்னைத் தேடிக் கொண்டு வந்து என் காதில் ஓதிக்கொண்டே இருந்தார்கள் கதை கதையாய்.

நிலவுடமைக்கு உச்சவரம்பு வரப்போறதென்று ஜில்லா முழுதிலும் முத்திரை ஸ்டாம்பு விலை இரண்டு மடங்கு, மூன்று மடங்கு விற்றதாம், பாரதநாட்டை அடிமையிலிருந்து மீட்ட கட்சியின் அரசாட்சி. கட்சிக்காரர்களில் பலர் பெரிய மிட்டா மிராசுதார்கள் அவர்களே பெரும்பான்மையாய்ச் சட்டசபையில் மெம்பர்களாகவும் மந்திரிகளாகவும் இருந்த காலம். சட்டம் வரப்போகிறது என்று மிகவும் ரகசியமாகத்தான் அவர்கள் அங்கங்கே சென்று அறிவுரைகள் அளித்து வந்தார்கள், நில உடைமைகள் வெவ்வேறு பெயருக்கு மாற்றப்பட்டன. டிரஸ்டுகள் என்ற அறக்கட்டளைகள் திடீர்திடீரென்று பிறந்தன. காலேஜுகள் வைக்கப்பட்டன. இது போன்ற பல செய்திகள் தெரிந்தன. பெரிய பெரிய பண்ணைகளில் அதுவும் ஜில்லாவிலேயே பெரிய பெரிய காங்கிரஸ் தலைவர்களாயிருந்த கெட்டிக்காரர்கள், கட்சிக்காரன், கார் டிரைவர், சாஸ்திரிகள், காரியஸ்தர் வந்தவன் போனவன் பேரில் எல்லாம் எழுதி வைத்த கதையெல்லாம் கேட்டு மிகவும் விசனப்பட்டுக் கொண்டிருந்தேன் நான். தர்மம், நியாயம், நாணயம் எல்லாவற்றிற்கும் குழிவெட்டி விட்டார்கள். ஏற்கனவே நிறையக் கடன் வாங்கியிருந்த சீனுவும் தன் உடைமையை குறைத்துக் கொள்ள வழி தேடினான். கூத்தன்குடியில் இரண்டு குடியானவர்கள் தெம்போடு இருந்தார்கள் அவர்களிடம் கடன் உண்டு சீனுவுக்கு, நிலத்தை அவர்களுக்கு கொஞ்சம் விற்றான், ரொக்கக் கடை அய்யங்காருக்கும் நிலமாகவே கொடுத்துத் தீர்த்தான். தன் பேரில் ஆறுவேலிநிலம் வைத்துக் கொண்டான், இன்னமும் கொஞ்சம் பாக்கியிருந்தது.

ஒரு நாள் என்னைத் தேடிக்கொண்டு வந்தான் சீனு, கூட ஒரு நடுத்தர வயதுள்ளவரும் வந்தார், அவர் சென்னையில் அண்ணாவுக்கு ரொம்ப வேண்டியவர் வக்கீல் என்றான் சீனு. அவரோடு கொஞ்சம் ஸீலிங் சட்டம் பற்றி அரசியல் பேசினேன். "இதெல்லாம் என்ன கூத்து குட்டையைக் குழப்பிக் கழுகுக்கு விட்ட சமாசாரமான்னா இருக்கு; கிராம மக்கள் வாழ்க்கையை இது சீர் குலைத்துவிடப் போகிறது, பாக்கியெல்லாம் ஆச்சு. இப்போ அது தான் உடனடி அவசியமா? இல்லாட்டா நிஜமாவே சமத்துவத்தை உண்டாக்கப் போகிறார்களா? நேருவை ஏமாத்தணும் சோக்ஷியலிஸ்ட் பேட்டன், என்று, அவர் ஒரு பிரமையைப் பரப்பியிருக்கிறார். ரொம்ப முற்போக்குன்னு

காமிச்சுக்கணும், யாரோ ஒருத்தன் நேருவைத் தாமரைப் பூ உண்ணும் அன்னப்பறவைன்னு கிண்டலா எழுதினான். நல்ல பகற் கனவு கண்டு கொண்டு தரையில் கால் பாவாமல் பறக்கிறவர் நேரு, காந்தி சொல்லிக் கொண்டே இருந்த ராமராஜ்யம் இது இல்லவேயில்லை" என்றெல்லாம் என்னையும் அறியாமல் பேசிவிட்டேன்; அவரோ முன்பின் தெரியாதவர் எனக்கிருந்த ஆத்திரம் அப்படி. நான் ஹிண்டுவும், ஸ்வராஜ்யாவும் பாராயணம் பண்ணினவன்.

"ஸார் சொல்றது நூத்துக்குநூறு உண்மை. ஆனா, இந்த சட்டம் ஒண்ணும் உருப்படியா தேறாது, ஏகப்பட்ட ஓட்டை, விரிசல் ஆச்சு, இதை எதிர்த்துச் சுப்ரிம் கோர்ட் வரைக்கும் போறதுக்குனா ஏற்பாடு நடந்துண்டு இருக்கு. இருந்தாலும் பொட்டை மெஜாரட்டி இருக்கு அவாளுக்கு. இப்போதைக்கு அவனவன் தன்னைக் காப்பாத்திக்க வழி தேடணுமே" என்றார் வக்கீல்.

சீனு இன்னும் என்னிடம் வந்த காரணத்தை சொல்லவில்லை. "கோவிச்சுக்காதே சீனு, என்னெல்லாமோ கேள்விப்படறேனே உங்கள் குடும்ப கௌரவத்தைத் தூக்கி நிறுத்தணும்னு பல தடவை சொல்லிட்டேன், இப்போதும் சொல்கிறேன்... அந்த சாமா."

"அவனை விரட்டிவிட்டேன் ஸார். எங்க அண்ணாகூட இதில் பட்டுக்கலையே... அவருக்கு ஒரு லெட்டர் எழுத முடியுமான்னு நீங்க ஒரு தடவை கேட்டேள். எழுதலை, ஆனா வேற யாரோ அந்த புண்ணியத்தைக் கட்டிக் கொண்டார்கள். எங்க அண்ணாதான் இந்த வக்கீலை அனுப்பினார். எல்லாத்தையும் ஒரு தினுசா செட்டில் பண்ணிட்டு வாரேன், சாமா என் பாட்டையும் கெடுத்து என்னையும் கெடுத்துவிட்டான்; கெட்ட கனவு மாதிரி எல்லாத்தையும் மறந்துடுங்கோ, இனிமேல் என் வாழ்க்கையில் புதிய அத்தியாயம் ஆரம்பம். அண்ணா மூலமாகவே மெட்ராஸ்ல ஒரு பெண்ணைப் பார்த்து கல்யாணமும் நிச்சயமாயிருக்கிறது, கல்யாணம் பண்ணிண்டு அவளை ஆத்துக்கு அழைச்சிண்டு வந்தப்பறம் அவள் பேரால மாத்திக்கிறாப்பல கொஞ்சம் நிலத்தை உங்க பேரால எழுதி வைக்க உத்தேசம், தயவு பண்ணி பெரிய மனதோட எனக்கு இந்த ஒத்தாசையைப் பண்ணனும், வேற நான் நம்பற மாதிரி யாரும் இல்ல" என்றான் சீனு.

வக்கீலும் ஒத்து ஊதி வற்புறுத்தினார். "சீனு இது என் மனசாட்சிக்கு விரோதமான காரியம், ஏற்கனவே நான் மனசு ரொம்ப நொந்து கிடக்கேன், சற்றே முன்னாடி நான் ஒரேயடியாப் பேசி ஓய்ந்ததற்கும் அதுதான் காரணம், இதுக்கு நான் சம்மதிக்கிறாப்ல இல்ல..?" என்றேன். இருவருமே என்னை

விடுவதாயில்லை. சீனு, நமஸ்காரம் பண்ணிக் கெஞ்சினான். “சார் சில மாதங்கள்... அதிகமாப் போனா ஒரு வருஷம் நீங்க கட்டாயம் இதுக்கு சம்மதிக்கணும்” என்று காலில் விழுந்தான் மறுபடியும். வேந்தன்குடிக்காரன் எல்லோரும் கண்டபடி பேசுவானுங்களே, சரி, நீ கல்யாணம் பண்ணிக்கப் போறது உண்மைதானா? எப்படியாவது நீ திருந்தி, குடியும் குடித்தனமுமா இருக்கேங்கறத நான் பார்க்கணும், சீனு உன் குடும்பத்து சோறு கொஞ்சம் தின்றவன் நான், எங்கப்பா வைதிகர், உங்க தாத்தா காலத்திலேர்ந்து உங்காத்துலே பூஜை பண்ணிக் கொண்டிருந்தவர். எங்களுக்கு எந்த சொத்தும் இருக்கலை, நானும் என் தம்பிகளும் படிக்கிறதுக்கு ரொம்பக் கஷ்டப்பட்டிருக்கோம், உங்கப்பா எனக்கும் பள்ளிக்கூடச் சம்பளத்திற்கும் பணம் கொடுத்திருக்கார். பல தடவை, என் தங்கைகளின் கல்யாணத்தின் போதும் பணம், அரிசி, விறகு என்றெல்லாம் நிறையச் செய்திருக்கிறார். எத்தனையோ நாள் நான் உங்காத்திலேயே சாப்பிட்டிருக்கேன். நான் உங்கக் குடும்பத்துக்கு ரொம்பக் கடமைப்பட்டிருக்கேன், அதனாலே என் மனசாட்சி இடம் கொடுக்காவிட்டாலும்... இதுக்குச் சம்மதிக்கிறேன். எவ்வளவு சுருக்க முடியுமோ அத்தனை சுருக்க என்னை இந்தப் பந்தத்திலிருந்து விடுவிச்சுடு” என்று சொல்லி அவர்களை அனுப்பினேன். ஒரு நாள் ரிஜிஸ்டர் ஆபீசுக்குக் கூப்பிட்டான். போய்க் கையெழுத்தெல்லாம் போட்டேன்.

மெட்ராஸில் பார்த்திருந்த இடத்தில் சீனுவுக்குக் கல்யாணம் நடக்கவில்லை, யாரோ மொட்டைக் கடுதாசு எழுதி அதைத் தடுத்துவிட்டார்கள். தாயாதி பங்காளி பேசும் போது யாரிடமோ சீனு விவரங்களைச் சொல்ல அது விபரீதமாய் விட்டதாம். வேந்தன்குடியில் சீனு கூட்டமே ‘இராக்’கூட்டம். அயோக்கியத்தனம் நிறைந்த ‘கிராக்குகள்’. அவனோடு மதுரைக்குப் போனேன், எனக்குத் தெரிந்த ஒருவரிடம் சொல்லி ஒளிக்காமல் சொல்லி, சொல்ல முடியாதவற்றைத் தவிர மற்ற விவரங்களைச் சொல்லிப் பெண் பார்க்கச் சொன்னேன். மீனாக்ஷி என்ற பெண்ணும் கிடைத்தாள், அவள் பட்டத்தரசி மாதிரிதான் இருந்தாள், அப்படியொரு உயரமும் பருமனுமாய்த் திகழும் அழகு, நல்ல சிவப்பு, மலர்ந்த முகம், கண்களில் ஒரு அலாதியான அழகு, கௌரவமான முறையில் பெண்ணுக்கு காது, மூக்கு கை கழுத்துக்களை ஏதோ கூடுமான வரை நிறைத்துக் கொடுத்தார்கள். கல்யாணம் மிகவும் சிக்கனமாகவே நடக்கட்டும் என்று சொன்னோம். மூத்த அண்ணாவும், இன்னொரு அண்ணாவும் குடும்பத்தோடு கல்யாணத்திற்கு வந்தார்கள், கமலியும் மாப்பிள்ளையும் வந்தார்கள், பெண்ணை

வேந்தன்குடிக்கு அழைத்து வந்தோம், பெண்ணின் தாயார் வந்து குடித்தனம் வைத்து விட்டு போனாள், தெருக்காரர்கள் வந்து போக ஆரம்பித்தார்கள்.

சீனுவின் தாயாரைப் பற்றிச் சொல்லாமல் இருக்க முடியுமா பெண்களால்? இருந்தாலும் பெரிய வீடு, வீடு கொண்ட பாத்திரம் பண்டம், சொத்து எல்லாமாக வந்தப் பெண்ணுக்கு சமாதானம் கூறின, ஒரு பத்துப் பன்னிரெண்டு வருஷங்கள் சீனு மிகவும் ஒழுங்காய்க் குடித்தனம் பண்ணினான், காரை விற்று விட்டான். மோட்டார் சைக்கிள் வாங்கிக் கொண்டான். கூத்தன்குடியில் பண்ணை வைத்தான், வி.என்.எஸ் ஆனான், வி.என்.எஸ் பண்ணை என்று பெரியதாய் எழுதின மாட்டு வண்டிகள் – நவீனமானதாக வீட்டு வாசலில் நின்றன. ரொக்கக்கடை அய்யங்காரும் பண்ணை வைத்திருந்தார். சீனுவுக்கு அவருடைய உதவியும், ஆலோசனையும் கிடைத்தன. என்னிடம் தேவதா விசுவாசமாகப் பழகினார்கள். மீனாக்ஷியும் சீனுவும் நான் வேண்டாமென்று சொல்லியும் கேளாமல் எனக்கு வருஷா வருக்ஷம் சாப்பாட்டுக்கு நெல் அனுப்பி வந்தான். சீனுவுக்குச் சுருக்கச் சுருக்கக் குழந்தைகளும் பிறந்தார்கள். ஊரும் தெருவும் மெச்ச வாழ்ந்தான். வி.என்.எஸ் என்று முழங்கிற்று பெயர். தெய்வத்துக்கே பொறுக்கவில்லையோ என்னவோ பழையபடி கெட்ட சகவாசங்கள் ஏற்பட்டது. பாண்டிச்சேரிக்கு கோஷ்டி சேர்ந்துப் போகிறார்கள், குடிக்கிறார்கள், வீட்டிலேயே கூட கொண்டு வைத்துக் குடிக்கிறார்கள், என்றெல்லாம் மீனாக்ஷி என்னிடம் வந்து குறைபட்டுக் கொண்டாள், நான் சொல்லிக் கேட்கும் நிலையில் இல்லை சீனு. ஏகச் செலவு. கண்ட கண்ட இடத்தில் கடன் வருஷம் ஓட ஓடத் தேய்ந்து வந்தது சொத்து. பெரிய வீட்டை விற்றுவிட்டதாகக் கேள்விப்பட்டேன். நான் ரிடையர் ஆவதற்குள் இதெல்லாம் நடந்துவிட்டது. ரிடையர் ஆனதும் நான் வேந்தன்குடியை விட்டுக் கிளம்பிவிட்டேன், சில வருஷங்களுக்குப் பிறகு அந்த ஊருக்குப் போயிருந்தபோது நடந்ததைத் தான் ஆரம்பத்தில் சொன்னேன்.

●●●

ஒரு மாதிரியான கூட்டம்

டெல்லியிலிருந்து ஜெயா வரப்போவதை எதிர்பார்த்துக் கொண்டு, வீட்டில் எல்லாருமே ஆவலாயிருந்தனர். அவள் வரும்போது பணம் கொண்டு வருவாள். "ரெப்டைல்ஸ்" என்ற பாம்புத்தோல் கடையில் – பெரிய கடையில் வேலை பார்க்கும் அப்பா, சங்கர், இரண்டு, மூன்று வருஷங்களாகக் கல்யாணப் பேச்சு நடந்தும் இன்னும் சரியான வரன் குதிராத அக்கா, கமலி, சினிமாவைப் பற்றிய அதீதமான அக்கறையும், கிரிக்கெட் ஈடுபாடும் குறுக்கிட்டதால் பட்டப்படிப்பை முடிக்க முடியாமல் போய் மேலே என்ன செய்யலாம். என்ற யோசனையை அப்பா, அம்மாவிடம் ஒப்படைத்துவிட்டு புதிதாக 'ரம்மி'யில் தேர்ச்சி பெற்று அடிக்கடி வீட்டில் பணம் காணாமல் போவதற்குக் காரணமாயிருக்கும் தம்பி குமார் ஆகிய எல்லோருமே ஜெயாவின் வருகையை ஆவலாக எதிர்பார்த்துக்கொண்டிருந்தார்கள்.

"அம்மா, இனிமேல் கொஞ்ச நாள் இந்த வீட்டில் நாம் இரண்டு பேரும், இரண்டாந்தரக் குடிமக்கள் போலத்தான். அப்பாவும் பிள்ளையும் ஜெயா, ஜெயா என்று அவள் ஊருக்குப் போகிற வரையில் ஒரே ஜெயா தான்" இது கமலியின் குமுறல்.

"எனக்கென்ன, உனக்குத்தான் அரை டஜனுக்குக் குறையாமல் புடவையும், டஜன் கணக்கில் சட்டையும் கிடைக்கும்... கசக்கிறதோ!" இது குமாரின் குத்தல்.

“ஆமாமாம். பழம் புடவைக்கும், ரவிக்கைக்கும் வீங்கிக் கிடக்கிற ஜன்மந்தானே இது... உம். இன்னும் குத்து... நான் பிறந்ததே இதுக்குத்தானே...” கமலியின் குரல் அழத் தொடங்கி விட்டது.

“எல்லாம் இவர் அடித்த—ஏன் இன்னும் அடிச்சிண்டிருக்கிற கூத்துடீ கமலா... சின்னப் பொண்ணு பணம் கொண்டு வரப்போறா, இன்னும் நிறையவே சூதாடலாம்னு...” இது அம்மாவின் சுயரூபம்.

“சரி சரி... வாயை மூடுங்கோ... ரொம்ப நாள் கழிச்சு, கொழந்தை வரா... அவள் வந்ததுமே விழுந்து கொதறணும்னு இப்பவே தொஜம் கட்டியாறது... அவளும் உன் வயத்திலே பொறந்தவதான்... கண்டு காயாதே...” இது அப்பா என்ற போலி அதிகாரத்தின் வலுவிழந்த குரல்.

காலை மணி 7.30. வந்தேவிட்டாள் ஜெயா... உள்ளே நடந்த உச்சக்கட்டத்து உஷ்ண இரைச்சல் வெளியே கேட்டுவிடாமல் ஜாக்கிரதையாக வாசற்கதவு தாழ்ப்பாளிடப்பட்டிருந்தது. டாக்ஸிக்குப் பணம் கொடுத்து அனுப்பிவிட்டு, மிகக் குறைந்த சாமான்களை எடுத்து வாசல் திண்ணையில் வாசல் கம்பிகேட் திறந்திருந்ததால், வைத்துவிட்டுக் கதவைத் தட்டினாள் ஜெயா. அவளுடன் ஒரு வாலிபனும் வந்திருந்தான் அவன் தன் பெட்டியைக் கையிலேயே வைத்துக் கொண்டிருந்தான். கால்சட்டை அணிந்து, மீசை இல்லாத, ஆனால் கம்பீரம் நிறைந்து காணப்பட்டான் அந்த வாலிபன்.

மயிலாப்பூர் வீரப்பெருமாள் தெருவில் ஒரு பழைய மாதிரி வீடு அது. திண்ணை, ரேழி, கூடம், தாழ்வாரம், முற்றம் என்று அமைந்த வீடு, கிராமம் போல் கொல்லை வால்வீச்சு கிடையாது, அவ்வளவுதான். முன்புறத்தில் மட்டும் ஓட்டுக் கட்டிடம், மாடியில் ஒரு நீண்ட அறை; அதில் ஒரு தனி மனிதக் குடித்தனம்; வாடகைக்கு. மேலே ஓடு; மற்ற பகுதி எல்லாமே ஓடுதான்.

கதவு திறந்தது, “வா, ஜெயா, வா, வா” தம்பி சாமான்களை வாங்கிக்கொண்டான். எல்லோரும் உள்ளே ஓடினர். வாலிபன் கையில் பெட்டியுடன் தயங்கித் தயங்கி நின்றான். ரேழியில் கூட கால்வைக்கவில்லை அவன். திரும்பி வந்த ஜெயா, “வா, மோகன், வா... ஏன் தயங்குகிறாய்? உள்ளே வா” என்று ஆங்கிலத்தில் பேசி அழைத்தபின் அவன் மெதுவாக உள்ளே வந்தான். அவன் ரேழிக்கு வந்தபின்புதான், எல்லாரும் மோகனைப் பார்த்தார்கள். மோகன் தயங்கித் தயங்கித் தான் ரேழியைத்தாண்டி உள்ளே

வந்தான். "அப்பா, அம்மா... நான் அடிக்கடி சொல்வேனே மோகன். என் சினேகிதன்... இவர்தான். நானும் மோகனும் ஒண்ணாவே ஆரம்பத்திலிருந்தே படிக்கிறோம், காலேஜிலே சேர்ந்தே படித்தோம், சேர்ந்தே எம்.ஏ. பண்ணினோம், சேர்ந்தேதான் டாக்டரேட் வாங்கினோம், சேர்ந்தேதான்..." என்று சொல்லிக்கொண்டே, தன் தோளில் தொங்கிய பையைக் கீழே போட்டுவிட்டு, மோகன் தோளிலிருந்து பையைக் கழற்றினாள், அவனும் பெட்டியைக் கீழே வைத்தான்.

வீட்டார்களின் வரவேற்புக் குரல் மங்கிற்று. எல்லோருடைய பார்வைகளும் குழம்பின. ஒருவரையொருவர் பார்த்துக் கொண்டனர். யாரும் எதுவுமே பேசவில்லை. அப்பா எங்கேயோ வெற்றுப் பார்வை பார்த்துக்கொண்டிருந்தார். அம்மாவுக்கு அடுப்பு நினைவு வந்ததால், பெருமூச்சுடன் கையை உதறிக் கொண்டு உள்ளே போனாள். அக்கா, பலதடவை படித்து முடித்துவிட்ட பழைய பத்திரிகை எதையோ சும்மா புரட்டிக் கொண்டிருந்தாள்.

அங்கே பரவிய மௌனம், சூழ்நிலையில் ஏற்படுத்தியிருந்தத் தொய்வில் ஜெயா திகைத்தாள், சூள் கொட்டிக் கொண்டாள். மௌனத்தைக் கலைத்தே தீரவேண்டிய நிர்ப்பந்தம் புரிந்தது. எப்படிச் செய்வது! பாவம், மோகன் இருப்புக் கொள்ளாமல், "ஜெயா, என்னை தயவு செய்து மன்னிச்சுடு. உன் தம்பியுடன் என்னைச் சற்று வெளியே போக விடு. அவன் துணையுடன் ஒரு லாட்ஜில் போய் தங்கிக் கொள்வேன். அப்புறம் நான் இங்கு வந்து..." என்றான்.

"தயவு பண்ணி, மோகன் வித்தியாசமா எடுத்துக்காதே, இவங்க இன்னும் கொஞ்சமும் மாறாத இனம், எல்லாம் இன்னும் கொஞ்ச நேரத்தில் சரியாகிவிடும்... ப்ளீஸ் மோகன்" என்றாள் ஜெயா.

"எனக்கு அப்படித் தோணவில்லை" என்று உதட்டைக் கடித்துக் கொண்டான் மோகன். அவன் குரல் வறண்டிருந்தது.

"அம்மா, இங்கே வாயேன் கொஞ்சம், அடுப்படி தான் இருக்கவே இருக்கே... அப்பா, எங்கள் இருவருக்குமே டாக்டரேட் கட்டாயம் கிடைச்சுடும். கூடிய சீக்கிரம் நாங்க ரெண்டு பேரும் ஸ்டேட்ஸ் போகணும். மோகன் மேலே படிக்கப் போறார். அவர் ரெண்டு வருஷங்கள் இருக்கணும் அங்கே, நானும் ஒரு டிரெயின்ங் எடுக்கப் போறேன், ஒரே வருஷம், அப்புறம் இந்தியாவுக்கு வந்து ஒரு நல்ல ஆராய்ச்சி செய்யணும்... நிறைய நாமெல்லா எதிர்பார்க்கவே முடியாத அளவு ஸ்காலர்ஷிப் பணம்

வரும், மோகன் திரும்பி வந்ததும்..." என்று நிறுத்தி, அவனைத் தோளில் தட்டி, "என்ன இது, சும்மாவே உட்கார்ந்திருந்தா எப்படி? நான் இவங்களுக்கு இத்தனை சொல்றது உனக்குப் புரியலையா?" என்று கேட்டாள்.

அவனும் சற்றே தடுமாறி "ஆமாம்... அதுதான் எங்கள்... நமது யோசனை... பெரியப்பா கூட..." என்றான்.

"அப்பா... எப்படி?" என்று ஜெயா சிரித்ததும், அவள் காட்டிய பரபரப்பும் வீட்டில் யாருக்கும் எந்த விதமான குதூகலத்தையும் உண்டாக்கவில்லை என்பதோடு, அவர்கள் அவளைப் பார்த்த விதம் ஜெயாவுக்கு எப்படியோ இருந்தது. அப்பாவுக்கு மட்டுமாவது இன்னும் விவரங்கள் சொல்லித் தெளிவு பெறச் செய்யலாம் என்று நினைத்துக் கொண்டு, மறுபடியும் மோகனிடம் "மோகன், எக்காரணம் கொண்டும் நீ லாட்ஜுக்கு இன்று போகக்கூடாது, இங்கேயே இருந்து, இன்னும் பாக்கியிருக்கும் இன்றைய மணிகளில், இங்கே ஏற்பட ற விளைவுகளுக்கேற்ப முடிவு செய்யணும். இந்தத் தற்காலிகமான பொறுமைச் சோதனைக்கு நாம ரெண்டுபேரும் விரும்பியோ, விரும்பாமலோ உட்பட்டே தீரணும். நான் இவங்களைச் சமாளிக்கப்படும் கஷ்டம் போறாதுன்னு நீயும் தொல்லை ஏற்படுத்திடாதே, எதுக்கும் நீ வாய்பேசாத மௌனசாட்சியாய் இரு, நான் பார்த்துக்கறேன், இதை நீ எனக்காகச் சகிச்சுண்டு தான் ஆகணும்" என்று அழுத்தமும் ஆழமுமான வார்த்தைகளில் சொல்லிவிட்டு, அயர்ந்தது போல் ஓய்ந்தாள்.

"அப்புறம்... அப்பா. இந்தாங்கோ. பெரியப்பா கொடுத்த பணம், ஏழாயிரத்து ஐநூறு இருக்கு... போன மாசம் ஐயாயிரம் ரூபா அனுப்பினாராம், சுருக்க அக்காவோட கல்யாணத்திற்கு ஏற்பாடு பண்ணச் சொன்னார், ஏற்பாடானதும் இன்னும் பணம் அனுப்பி வைக்கறதாகச் சொன்னார்" என்று தன்பெட்டியிலிருந்து எடுத்துக் கொடுத்தாள்.

"அப்புறமும் இன்னும் தர்றதா சொல்லியிருக்கார் இல்லையா?" என்று அதை வாங்கிக் கொண்ட அப்பா தெளிந்து விட்டார். அதை வந்து பார்த்தபிறகு அம்மாவும் அக்காவும் சற்றே குழைந்தனர், சந்தர்ப்பம் கை கொடுத்தது.

"அப்பா, மோகனோட அப்பா பெங்களூர்ல ஒரு மிகப் பெரிய வியாபாரி, பெரியப்பாவுக்கு ரொம்பவும் வேண்டப்பட்டவர், அவர் டெல்லிக்கு வர்றப்போ எல்லாம் பெரியப்பா வீட்லதான் தங்குவார். அப்போதெல்லாம் மோகனும் ஹாஸ்டல்லேருந்து வந்துடுவார். பெரியப்பாவுக்கு இவரிடம் ரொம்பப்பிரியம்,

மோகனுடைய அப்பாவும், நம்ம பெரியப்பாவும் நாங்க ரெண்டு பேரும் போய்ட்டு வந்த 'டூர், எக்ஸ்கர்ஷன் பற்றியெல்லாம் விவரமாக் கேட்டு ரொம்ப சந்தோஷப்படுவா... மோகன் நாளை பெங்களூர் போய்விட்டு ஒரு வாரத்தில இங்கே வருவார். அப்புறம் நாங்க டெல்லிக்குப் போய், அமெரிக்காவுக்குப் பறக்கணும்..." என்று ஜெயா சொல்லி முடித்தாள்...

அம்மா இருவருக்கும் காபி கொண்டு வந்து கொடுத்தாள், "ஏதாவது டிபன் செய்யட்டுமா?" என்றாள். "வேண்டாம். சுருக்கக் குளிச்சுட்டுச் சாப்பிடணும், உன்னோட சமையல் சாப்பிட்டு ரொம்ப நாள் ஆயிடுத்து அம்மா" என்று கெஞ்சினாள் ஜெயா. ஓரளவுக்கு மோகனைப் பற்றிய விவரம் தான் கூறியதிலிருந்து எல்லோருக்குமே தெரிந்திருக்கலாம், மோகன் ஊருக்குப் போனதும் இன்னும் விவரங்கள் சொல்லிக் கொள்ளலாம் என்று நினைத்தாள் அவள்.

அக்கா கமலி எழுந்து உள்ளே போகத் திரும்பினாள். "அக்கா, உனக்குப் புதிசாய் ஆறு புடவைகளும், மேட்சா நிறைய ஜாக்கெட் துண்டுகளும் வாங்கிண்டு வந்திருக்கேன். குமார். ப்ளீஸ். என் பெட்டியைக் கொண்டு வாயேன்" என்றாள் ஜெயா. அக்காவுக்கு நிஜமாகவே முகம் மலர்ந்துவிட்டது. அவற்றை எடுத்தபோது, ஒரு அடுக்குப் பண நோட்டுகள் கீழே விழுந்தன. குமார் அதை 'லபக்'கென்று லாவினான். "எடுத்துக்கோடா, பேண்ட், ஷர்ட் வாங்கிக்கொள். ஆனா அவ்வளவும உனக்கில்லே. என் கைச் செலவுக்குக் கொஞ்சம் போக மீதி உனக்கு. இங்கே அதைக் கொடு" என்று கேட்டாள்.

"வேண்டாம். விடு ஜெயா... அவனே அதை எடுத்துக்கட்டும். நான் உனக்கு வேற பணம் தந்துட்டுப் போறேன்" என்றான் மோகன்.

"போக்கிரி, அடிச்சுது சான்ஸ்" என்றாள் ஜெயா. "ஆமாம். எனக்கு எங்கே ஒட்டப் போறது. அம்மாவும், அக்காவும் – அதோபார் – கழுகு மாதிரி" என்றான் குமார்.

"ரயில் பிரயாணம் ரொம்ப அலுப்பாத்தான் இருக்கு. பெரியப்பா சொன்னாப்போல பிளேன்லயே வந்திருக்கலாம், இல்லையா மோகன்?" என்றாள் ஜெயா.

"அது ஒரு சுகம் – வசதி, இது ஒரு வகை இன்பம்" என்றான் மோகன்.

அப்பா குளித்துவிட்டுப் பூஜை செய்தார். சமையலறைக்கு வெளியே கூடத்தில் ஓர் அலமாரியில் பல சாமி படங்கள்,

ராம பட்டாபிஷேகம், ராதாகிருஷ்ணன், மாங்காடு அம்மன், அலமாரியின் கீழ்த்தட்டில் சூடம், சாம்பிராணி, சில புத்தகங்கள், பூக்காரி வாடிக்கையாய்க் கொண்டு தரும் உதிரிப் பூக்கள் ஒரு பித்தளைத் தட்டில் இருந்தன. அலமாரிக்கு மேலே பெரிய பெரியவாள், புதுப் பெரியவாள் இருவரும். பெரியவர் உட்கார்ந்தும், இளையவர் நின்றும் காட்சி தரும் திருக்கோலத்தில் ஒரு படம். பூஜை மிகவும் சுருக்கந்தான்; அதன் பிறகு ஸ்தோத்திரமெல்லாம் நிறையப் படித்தார், முணுமுணுப்புதான். முற்றத்தில் பெரிய மண் தொட்டியில் இருந்த துளசிச் செடியிலிருந்து சில இலைகளைப் பறித்து வந்து நைவேத்யம் செய்தார். தீபாராதனை நடந்து முடிந்தது.

காலை மணி பத்து, அப்பா, பஞ்சகச்ச வேஷம் கலைத்துச் சட்டை போட்டுக் கொண்டு வெளியே புறப்பட்டார். “ஜெயா, கடைக்கு ‘லீவ்’ சொல்லி ‘போன்’ செய்துவிட்டு வர்றேன். நீ, மோகன் எல்லாரும் குளிச்சுட்டு, சாப்பிடத் தயாராகுங்கோ” என்று சொல்லிவிட்டுப் போனார்.

ஜெயா சுவரில் சாய்ந்து கொண்டு மேலே மோட்டு வளையைப் பார்த்துக் கொண்டு, ஏதோ மிகுந்த தீவிரமான யோசனையில் இருந்தாள். அக்காவும் சமையலறைக்குப் போய்விட்டாள். குமார் தயங்கித் தயங்கித் துண்டு துண்டான ஆங்கில வார்த்தைகளில் மோகனுடன் பேசிக்கொண்டிருந்தான். மோகனும் சற்றே இறுக்கம் தளர்ந்து சுபாவமாக இருக்க முயன்று கொண்டிருந்தான். டெல்லியில் ஜெயாவும் மோகனும் சேர்ந்து பார்த்த ஆங்கில, ஹிந்தி படங்களைப் பற்றி ஊர்ந்து கொண்டிருந்தது அவர்களுடைய சம்பாஷணை.

ஜெயா, மேற்கொண்டு பிரச்சினையைச் சமாளிப்பது பற்றித்தான் யோசித்துக் கொண்டிருந்தாள். அப்பா, இணங்கி வளைந்து கொடுக்கத்தான் முயற்சி செய்கிறார் என்பது தெரிந்தது. அம்மா பெரிதும் மௌனம் சாதித்தாலும் அவளது முகபாவம் சரியாயில்லை. பெரியப்பா பணம் கொஞ்சம் வேலை செய்கிறது. ஆனால், அம்மாவை நம்ப முடியாது, பேச ஆரம்பித்தால் அது மேல் பஞ்சமத்திற்கு எட்டிவிடும். வார்த்தைகளுக்கும் பஞ்சம் இருக்காது. யாரையும் எதுவும் சொல்லத் தயங்காத நாக்கு. அவள் பேச்சின் ஆரம்பம் இப்படி, இடையில் யாராவது மறுத்து விட்டாலோ, போச்சு... குடி முழுகிவிட்டது போலக் கத்துவாள். தலையில் மார்பில் போட்டுக் கொள்வாள், தரையை, சுவரை, கதவை ஓங்கி அறைவாள், பெண்ணோ பிள்ளையோ வயதைக் கூடப் பார்க்காமல் அடிப்பாள் உதைப்பாள், ‘ஹிஸ்டெரிக்’ நிலைதான். அன்று முழுதும் வீடு வீடாயிருக்காது. ஜெயா இதையும்

நினைத்துப் பார்த்தாள். இப்பொழுதே ஏதாவது நடந்துவிடக் கூடாது. போகப் போக எல்லாம் தானே சரியாய்விடும் என்று இருக்கும் காரியமும் இல்லை இது.

அவள் டெல்லியில் இருக்கும்போது தன் குடும்ப நினைவு வரும் போதெல்லாம் மிகவும் கண்கலங்கியது உண்டு. அதுவும் அவள் பருவமடைந்து காலேஜில் படிக்கும்போதெல்லாம் இதைப் பற்றி அதிகமாய்ச் சிந்தித்துப் பார்ப்பதுண்டு, 'இது என்ன குடும்ப வாழ்க்கை! இதென்ன ஆம்படையான், பெண்டாட்டி உறவு, இதென்ன சமுதாய ஒப்பந்தம், ஒருத்தருக்கு வாழ்க்கைப்பட்டு, பிள்ளை குட்டிகளும் பிறந்துவிட்டால் அந்தப் பெண்டாட்டிக்கு நியாயமான உரிமைகள் எவை? கடமைகள் எவை? கணவன் சம்பாதிக்க வேண்டும், சமத்தாய்ச் செட்டும் கட்டுமாக இருக்க வேண்டும். சரிதான். தனக்கு மேலும் மேலும் நிறையத் தங்கமும் வைரமுமாய் வாங்கிப்பூட்ட வேண்டும், பெண் குழந்தைகளுக்கு நல்ல இடமாகப் பார்த்து, நிறையச் சீர், செனத்தி செய்து, எல்லோரையும் போல ஆடம்பரமாகக் கல்யாணம் செய்து கொடுக்க வேண்டும்.

இதையெல்லாம் செய்யத் தவறிய கணவனை மனைவி என்ன வேண்டுமானாலும் சொல்லலாம், செய்யலாம். இவ்வளவையும் மூடி மறைத்துக்கொண்டு போகும் கணவன் என்ன, சுமைதாங்கியா? ஆனால் ஒன்று, மனைவிக்குத் துரோகம் செய்யும், வைப்பாட்டி வைத்துக் கொள்ளும் கணவன் செய்வதும் தவறுதான். ஆனால் அவன் பெரிய வசதி செல்வம் உடையவனாக இருந்தால் இந்தத் தொல்லைகள் ஏதுமில்லை. அவனது கௌரவம் மிக நன்றாகவே காக்கப்படுகிறது. அந்த மனைவிமாரும் இதை மிகவும் சகஜமாகவே ஏற்றுக்கொண்டு விடுகிறார்கள். ஆக எல்லாம் பொருளாதாரம் பற்றிய நிலைகள்தாம்.

ஜெயாவின் அப்பா சூதாடி மிகவும் அழிந்தவர், அம்மா கழுத்தில் கிடந்த இரட்டை வடம் சங்கிலி, கையில் போட்டுக்கொண்டிருந்த இரண்டு ஜோடி வளைகள் இத்தனையையும் வெள்ளிப் பாத்திரங்களையும் தொலைத்துவிட்டவர், தப்புத்தான். அதற்காக அம்மா செய்யும் எல்லாவற்றையும் பொறுத்துக் கொண்டுதான் இருக்க வேண்டுமா? அம்மா அப்பாவை அடிக்காத குறைதான். அப்பா, எப்போதாவது தாங்காமல் போய் கை நீட்டினால், அவர்மேல் எறியப்படுவது சிலசமயம் அரிவாள் மணையாகக்கூட இருப்பதுண்டு. இவ்வளவும் அவளது மனத்தில் ஓடிக் கொண்டிருந்தன.

இந்த லக்ஷணத்தில் அப்பா பூஜையும், அம்மாவும் அதற்கு ஒத்துழைத்து, நாள் கிழமைகளில் விசேஷமான நைவேத்யங்கள்

செய்து வைப்பதில் குறையில்லை; மேலெழுந்த வாரியான மட்டு மரியாதைகளுக்கும் குறைவில்லை. பேச்சென்று வரும்போது, நாக்கைப்பிடுங்கிக் கொள்ளலாம் போலப் பேசுவதிலும் குறைவில்லை. இவ்வளவையும் தினசரிக் காட்சியாகப் பார்த்துக் கொண்டிருக்கிறாளே இந்த விவரம் புரிந்த அக்காவும், அவளும் நாளைக்கு வாழ்க்கைப்படப் போகிறவள், இந்த நாடகத்தைத்தானே நடிக்கப்போகிறாள்.

இந்த நாடகம் இவர்கள் வீட்டில் மட்டும் இல்லையே, அநேகமாக மாதச் சம்பளம் வாங்கும் இந்தப் பைத்தியக்காரக் குடும்பங்கள் எல்லாவற்றிலுமே இந்தக்கதை தான். அப்புறம் பாரம்பரியம், சமயசம்பிரதாயம் சாவித்திரி – சீதை – தமயந்தி – நளாயினி கதைகளின் 'ஐடியல்' இதெல்லாம் என்ன வேண்டிக் கிடக்கிறது? இந்த அவஸ்தைகளால்தான் பெரியப்பா அப்படி ஒரு மாதிரியாக ஒதுங்கியே போய், எங்கோ, எப்படியோ சந்தோஷமாய் இருக்கிறாரோ; அங்கும் ஒரு பெரியம்மா இருந்திருந்தால்! கதை இப்படித்தான் இருந்திருக்குமோ. அவருக்கு மட்டும் என்ன! பிரச்னைகள் எதுவும் இல்லாமலா இருக்கும்.

ஜெயா பத்துப் பன்னிரண்டு வருஷங்களாகத்தான் பெரியப்பாவுடன் டெல்லியில் இருக்கிறாள். ஏழாவதோ, எட்டாவதோ படிக்கும்போது அவளைப் பெரியப்பா அழைத்துக் கொண்டு போனார். டெல்லியிலேயே அவள் படித்தாள். எம்.ஏ. முடித்து மேலே டாக்டர் பட்டம் பெறும் ஆராய்ச்சியும் முடித்திருக்கிறாள்.

வருஷத்தில் ஒருதடவை அல்லது இரண்டு தடவை சென்னைக்கு வந்து அப்பா அம்மாவுடன் ஒரு வாரம் பத்து நாள் இருப்பாள். அதற்குள் பெரியப்பா டெலிபோனும் தந்தியுமாய் அவசரப்படுத்திக் கூப்பிட்டு விடுவார். அநேகமாய் அவரே இவளை அழைத்துக் கொண்டு வந்து சென்னையில் விடுவார்; மீண்டும் டெல்லிக்கு அழைத்துப் போவார். அவருக்குத் தம்பியிடம் – ஜெயாவின் அப்பாவிடம் அலாதியாகப் பாசம்; திட்டுவார்; உதவியும் செய்வார்; ஜெயாவைத் தன் சொந்த மகளாகவே நினைத்து வளர்த்து வருகிறார்; ஒவ்வொரு தடவையும் அவளைக் கொண்டு வந்து விடும்போது "ஏய், முட்டாள், நான் பெங்களூர் போய் அப்படியே பம்பாய் போக வேண்டும்; மறுபடியும் பெங்களூர் அடே, ஏழெட்டு நாள் ஆகும் வர, திரும்பிவந்து அழைச்சிண்டுப் போறேன். அவளெ சௌக்கியமா வெச்சிக்கச் சொல்லு. உன் ஆத்துக்காரிட்ட தரித்திரப்பயலே, எப்பவும் மறப்புத்தானே உனக்கு. இந்தா பணம், பெரியவ எப்படி இருக்கா? பயல் ஒழுங்காப் படிக்கிறானா நீ வேலைக்குப் போகிறாயா… இல்லே… தலேலே எழுத்து…" என்று சொல்வார்.

பெரியப்பா, தம்பி வீட்டில் வந்து இறங்குவார். உடனே உயர்ந்த லாட்ஜ் எதிலாவது ரூம் எடுத்து விடுவார்; பிறகு ஒருவேளை சாப்பாட்டிற்கு வருவார்; அப்போதெல்லாம் அம்மாவின் குரலே கேட்காது; வந்து நமஸ்காரம் செய்துவிட்டு அக்கா கமலியையும் நமஸ்காரம் செய்யச் சொல்லிவிட்டு, இருவரும் மறைந்து போவார்கள். குமார் பூனை மாதிரி வருவான். அவனைத் தட்டிக் கொடுத்துவிட்டு, "எலே, என்ன படிக்கிறே... நன்னாப்படி... நல்ல துணிமணி எடுத்துக் கொள்..." என்று பணம் கொடுப்பார். அவர் சாப்பிட்டுவிட்டு, டாக்ஸி கொண்டுவரச் சொல்லி ஏறிப்போன பிறகு தான் அம்மா குரல் கேட்கும். "நம்மோட தங்கியிருந்தாதான் என்ன... இப்படிப் பறந்து அடிச்சுண்டு ஓடறாரே... என்பாள்.

"அண்ணாவுக்கு என்னென்னவோ பல சௌகர்யங்கள் வேண்டும். நம்ம வீட்டில் அதெல்லாம் முடியாது" என்பார் அப்பா.

பெரியப்பாவுக்கு டெல்லியில் நல்ல வருமானம். பெரிய பெரிய தொழிலதிபர்கள், வியாபாரிகள் போன்றவர்களுக்கு ஆலோசனைகள் கூறுவதும், அவர்களுக்காகப் பல காரியங்கள் செய்வதுதான் அவருக்குத்தொழில். அவர் வீடு ஒரு பெரிய ஹோட்டலின் ஐரோப்பியர்களும் பிற அயல் நாட்டுக்காரர்களும், முக்கியமாக அமெரிக்கர்கள் வந்து தங்கும் உயர்ந்த ஹோட்டலின் வசதிகள் – எல்லாம் இருக்கும் இடம். அவரும் அடிக்கடி அயல் நாடுகளுக்குச் சென்று வருவார். டெல்லியில் மந்திரிகள், பெரிய ஸெக்ரட்டரிகள் எல்லாம் அடிக்கடி வந்து போகும் இடம் அவர் வீடு.

அவர் கல்யாணம் செய்து கொள்ளவில்லை, அவருக்கு இப்போது கிட்டத்தட்ட ஐம்பத்தைந்து வயது இருக்கும். ஆனால் தோற்றம் அதனைக் காட்டாது, நாற்பது மதிப்பிடலாம் போலத்தான் தோன்றும். வீட்டில் தஞ்சாவூர் சமையல்காரர் இருவர், பட்லர்கள் இருவர். தனித்தனி சமையலறைகளும் சாப்பிடும் இடங்களும் உண்டு. எந்த ஊர்க்காரன் எந்தச் சீமைக்காரன் வந்தாலும் அவனவனுக்கு வேண்டிய தீனியும் மற்றதும் போட்டே, பெரிய பெரிய காரியங்களைச் சாதித்து விடுபவர் என்று அவரை எல்லாரும் விரும்பினர்.

ஜெயாவிடம் அவர் உயிரையே வைத்திருந்தார். அவர் ஊரில் இருக்கும் நாட்களில் ஜெயாவுடன் உட்கார்ந்துதான் சாப்பிடுவார். யாராவது விருந்தாளிகள் இல்லாமல் இருந்ததே இல்லை. தஞ்சாவூர் ஜில்லாக்காரர்கள் சிலர் வருவதுண்டு. பெரியப்பா சிபாரிசினால் வேலை கிடைத்து டெல்லிக்கு வரும் பையன்கள் இங்கு வந்து சிலநாள் தங்கி வேலையில் சேர்ந்து,

வேறு தங்குமிடம் பார்த்துக் கொள்கிற வரையில் இருப்பார்கள். சில சமயங்களில் பெரியப்பா ஊரில் இல்லாத நாட்களில் இப்படி யாராவது வருவதுண்டு.

சமையற்காரர் இருவரில் ஒருவர் நாற்பது வயதானவர். மற்றவர், சின்னப்பையன். இப்படித்தான் பெரியப்பா அவனைக் கூப்பிடுவார். ஆனால் அவன் பதினெட்டு வயது வாலிபன், பரமசாது; வீட்டுச்சமையல் மாதிரி சமைப்பான், வயதான பெண்டுகள் செய்யும் தஞ்சாவூர் குடும்பத்துச் சமையல் – வத்தக்குழம்பு, மிளகு குழம்பு, பருப்புருண்டை ரசம், பொறிச்ச ரசம் போன்றதெல்லாம் ருசியாகச் செய்வான். பெரியவர் விருந்துச் சாப்பாடு, இனிப்புப்பண்டம் முதலியவை செய்வார். அவர்கள் இருவருமே பெரியப்பாவை 'அண்ணா' என்றே அழைப்பார்கள். பெரியப்பாவும் இவர்களுடன் மிகவும் பாசமாகவும், வித்தியாசம் காட்டாமலும் பழகுவார். "எலே, சம்பளத்தை ஊருக்கனுப்பிவிட்டாயா? ரொம்ப சினிமா பார்க்காதே. ஆச்சு, கூடிய சீக்கிரம் நீ 'பிஸினஸ்' பண்ண ஏற்பாடு செய்யறேன். நம்மூர்க்காரனுக ரொம்பப்பேர் சாப்பிட இடமில்லாம தவிக்கிறானுக. நல்ல இடமாப் பார்த்து 'மெஸ்' ஆரம்பிச்சுடணும்" என்று சின்னப் பையனிடம் சொல்வார்.

'சாம்பு, வர ஞாயித்துக்கிழமை ஒரு 'பார்ட்டி' வெச்சிருக்கேன். கோதுமை ஹல்வா, கீரை வடை, ரவாப் பொங்கல், மணிக்காரா பூந்தி இதுதான் அயிட்டம். ஜமாய்ச்சிடு, ஆமாம். நீ ஊருக்குப் போகணும்னு சொன்னயே, அடுத்த மாசம் போயேன்" என்பார் பெரியவரிடம். வீட்டில் இருக்கும் நாட்களில் பலகை போட்டுக் கொண்டு கீழே உட்கார்ந்து வாழை இலையில் தான் சாப்பிட வேண்டும் பெரியப்பாவுக்கு. வேஷ்டிதான் கட்டிக் கொள்வார்.

ஜெயாவின் அப்பா, இத்தனை வருஷங்களில் ஒரே ஒரு தடவைதான் பெரியப்பா வீட்டுக்கு வந்திருக்கிறார். அதுவும் அந்தப் பக்கம் சஞ்சாரம் செய்து கொண்டிருந்த பெரியவாளைத் தரிசனம் பண்ணத்தான் வந்தார், அவர் வந்தபோது பெரியப்பா அமெரிக்கா போயிருந்தார், இரண்டொரு நாள் தங்கி ஜெயாவுடன் ஊரெல்லாம் சுற்றிப் பார்த்தார். 'ஊருக்கு உடனே போகணும். அண்ணா வர நாள் ஆகுமோ?" என்று கேட்டார். குறைந்தது பத்து நாள் ஆகுமென்று தெரிந்தது. "ஹூம்... கடையில் விடமாட்டா... இப்பவே லீவு ரொம்ப ஆயிடுத்து... நான் ஊருக்குப் போகணுமே கட்டாயம்" என்றார்.

"சரி, அப்படீன்னா உங்க இஷ்டம்" என்றாள் ஜெயா. அதற்குமேல் அவளுக்கு வற்புறுத்த இஷ்டமில்லை. ஆனால் அவர் தயங்கித் தயங்கி கையைப் பிசைந்து கொண்டு "ஊருக்குப்

போகணுமே... உடனே போயாகணுமே" என்று மென்று விழுங்கினார். நல்லவேளையாக சுசீலா அப்போது அங்கே வந்தாள்; உடனே புரிந்து கொண்டு, ஜெயாவிடம் ஐநூறு ரூபாய் கொடுத்து அப்பாவிடம் தரச் சொன்னாள்; அப்பாவுக்கு வாயெல்லாம் பல், சாப்பிட உட்கார்ந்தார். சின்னப் பையன் பலகை போட்டு, இலையை அலம்பி விரித்து, பஞ்ச பாத்திர உத்தரணியுடன் தீர்த்தம் கொண்டு வந்து வைத்தான். ஜெயாவும் சாப்பிட உட்கார்ந்தாள்.

"ஏண்டா பையா... நீ வந்து... ஆமாம்... எந்த ஊர் உனக்கு?" என்று கேட்டார்.

"நான் கல்லூர் மாமா... என் பேர் சாமிநாதன்"

"கல்லூர் சாமா..."

"அவர் எங்க தாத்தாதான் மாமா. எங்கப்பா..."

"...பாவம்... அல்பாயுசுலே போயிட்டான் அவன். தெரியுமே எனக்கு... ஊர்ல..."

"எங்கம்மா இருக்கா. எனக்கு ரெண்டு தம்பிகள், ரெண்டு பேரும் பாடசாலையில் வேதம் படிச்சிண்டிருக்கா..."

"ரொம்பச்சரி. இங்கே சுவத்தில் ஏதாவது சுவாமி படத்தை மாட்டி வைக்கப்படாதோ? சுவாமிக்குக் கை காட்டாமல்... கஷ்டம்..."

"அதெல்லாம் அண்ணாவுக்குப் பிடிக்காது, ஆனால் சாம்பு மாமா தினம் தோட்டத்திலேருந்து ரெண்டு துளசி தளம் கொண்டு வந்து, சமையல் எல்லாம் ஆனவுடனே, ஜலம் தெளித்து நைவேத்யம் செஞ்சுடுவார்... சுவாமி இல்லாத இடம் ஏது மாமா?"

இதைக் கேட்டுக் கொண்டே வந்த சாம்பு. வாழைச் சருகைப் பிரித்துப் போட்டுக் கொண்டு சாப்பிட உட்கார்ந்தார்.

"இலை நிறைய இருக்கே மாமா" என்றாள் ஜெயா.

"பரவாயில்லேம்மா... நம்ம வீட்டில் விருந்தாளி வராத நாளே கிடையாதே; இருக்கட்டும்."

சாம்பு கும்பகோணத்துக்காரர், ஜெயாவின் அப்பாவுக்கும் தெரிந்தவர், இருவரும் பெரியவாளைப் பற்றிப் பேசிக் கொண்டிருந்தார்கள். அப்போது சுசீலா வந்து ஜெயாவைத் தனியே அழைத்துக் கொண்டு போய் "அப்பா நாளைக்குப்

புறப்படலாம். ரயிலில் ரிஸர்வேஷனுக்கு ஏற்பாடு செஞ்சாச்சு. சாயந்தரம் டிக்கட் வந்துடும்" என்று சொன்னாள்.

இந்த சுசீலா ஒரு தமிழ் நாட்டுக்காரி, முப்பத்தைந்து நாற்பது வயதிருக்கும் அவளுக்கு, நிறையப்படித்தவள், பெரியப்பா வீட்டில் பல வருஷங்களாய் இருக்கிறாள். அவள் வேலைக்காரியாகவும் இல்லை, எஜமானியாகவும் இல்லை, பெரியப்பா நிர்வாக சம்பந்தமான காரியங்களெல்லாம் அவள் தான் செய்கிறாள், ஜெயாவுக்கும் துணை. ஜெயாவுக்கு அவள் படிப்புக்கு வேண்டிய அனைத்தும் செய்வாள், பாடங்களுக்குக் குறிப்பெடுத்துத் தருவாள், கற்பிப்பாள், எந்த விஷயமானாலும் சர்ச்சை செய்து விளக்கம் தருவாள். ஜெயாவுக்குத் துணிமணிகள் தயாரித்து வைக்கக் கடைக்குப் போய் பொருள்கள் வாங்கி வர... இப்படிப் பல விதங்களிலும் உதவி செய்கிறாள்.

பெரியப்பா காரியங்களாக அவருடனோ, தனியாகவோ அவ்வப்போது வெளியே போய்வருவாள். அவள் மிகவும் அழகாகப் புடவையுடுத்திக்கச்சிதமாய் ஜாக்கெட்டும் அணிவாள். அவள் ஓய்வு நேரங்களில் தன்னிடமிருந்த தையல் மெஷினில் தனக்கும் ஜெயாவுக்கும் பெரியப்பாவுக்கும் உடைகள் தைப்பாள், மிகவும் அருமையாய்த் தைப்பாள், அவள் கத்தரிக்கோலால் அமைக்கும் 'ஷேப்' மிகவும் அற்புதம்.

ஜெயாவுக்குக் கல்லூரியில் அவளுடைய உடையைப் பற்றிய பெரும் புகழுண்டு. "எங்கே தைத்தாய்? யாரிடம் தைத்தாய்?" என்றெல்லாம் அவளுடைய தோழியர் மட்டுமல்ல, ஆசிரியைமாரும் அவளைத் துளைத்தெடுப்பார்கள். அப்போ தெல்லாம் அவள் டெல்லியில் இருக்கும் பெரிய பெரிய 'டைலரிங்' கடைகளைச் சொல்லி மழுப்புவாள்.

சுசீலாவின் உடை மிக எளியதுதான். ஆனால் கவர்ச்சி மிக்கது, அவள் நகைகள் அணிவதே இல்லை. கை வளையல் கூடக் கிடையாது. காதிலும் பொட்டுத் தங்கமோ, போலித்தங்கமோ கிடையாது. கண்ணைப் பறிக்கும் கருமையும், மென்மையும், படிப்படியாய் அலை அலையாய் நெளியும் அடர்த்தியும் கொண்ட கூந்தலின் நேர் வகிட்டு வளைவுக்குள் அவள் இட்டுக்கொள்ளும் சிவப்புப்பொட்டு ஒன்றே எல்லா நகைகளுக்கும் ஈடாக அவளது அழகை நிறைவிக்கும். பெரும்பாலும் அவள் வெண்மை நிறம் கலந்த புடவையும் ரவிக்கையுந்தான் அணிவாள். மாநிறமான அதிக உயரமில்லாத அவள் உடம்பிற்கு அவை எப்படியோ அழகூட்டும். அவள் முகத்திலோ, கண்ணிலுமோ – இப்படிச் சுயேச்சையாய் இருக்கும் பெண்களிடத்தில் காணப்படும் அழைப்புக்கள் தவழும் ஜாடை சிறிதும் இருக்காது. முழங்கையும்,

கைகளும், விரல்களும் பாதங்களும் முதுகுப்புறத்து மேல் கழுத்தும் அப்படி ஒரு அழகு அமைந்தவை அவற்றின் பூப்போன்ற மென்மை கூட உடம்பைத் தொடாமலேயே உணரப்படக்கிடக்கும்.

ஜெயா நல்ல சிவப்பு உயரவாகான உடம்பு. ஒல்லி இல்லை. உயரத்தால் சதைப்பிடிப்பும் மறைந்து நிறைவைத் தந்த முழுமையான பெண்மை, புடவையின் அகலம், நீளமும் அப்படியே சிறிதும் குறையாமல் உடம்பில் ஒட்டிக்கொண்டு கவ்வி நிற்கும்; சுசீலா, மிகவும் அக்கறை காட்டி ஜெயாவுக்கு உடை தேர்ந்தெடுப்பாள். உடம்பின் எந்தப் பகுதியும் மினுமினுப்பு குறையாமல் இருக்க எண்ணெயும், 'ஷாம்பூ'வும் பூசித் தேய்த்து உருவிவிட்டுக் குளிக்கச் செய்வாள்; ஆரம்பத்தில் ஜெயாவுக்குக் கூச்சம் இருந்தது; வர வர சுசீலாவின் பூச்சும், தேய்ப்பும் அமுக்கிவிடுவதும் – குளிக்கும் போது மிகவும் பிடித்துவிட்டது.

சுசீலாவுக்குத் தனியான ஓர் அறை; அதில் எல்லா வசதிகளும் உண்டு; நிறையப் புத்தகங்கள் படிப்பாள்; தான் படித்துச் சுவைத்துத் தேர்ந்தெடுத்த ஆங்கில நாவல்களையும் வேறு பொது அறிவுப் புத்தகங்களையும் தருவாள். இரவு வெகுநேரம் வரை ஜெயாவுடன் இருந்து அன்பையும் அறிவையும் கொட்டிவிட்டுப் பிரிவாள்.

வெளிநாட்டுக்காரர்கள் வந்து பெரியப்பாவின் வீட்டில் தங்கும் நாட்களில் இரவு படுக்கைக்குப் போகும் வரையில் சுசீலாவின் துணை இருக்காது. மாலை நேரங்களில், முன்பக்கத்துச் சிறிய தோட்டத்திலும், பிறகு முன்புறத்து ஹாலிலும் அவர்கள் பேசிக்கொண்டும், குடித்துக்கொண்டும் பொழுது போக்குவார்கள். சுசீலா வந்து ஜெயாவைச் சிங்காரித்து அழைத்துக் கொண்டு போவாள்.

அந்தக்கூட்டத்தில் மிஸஸ் அம்பி என்ற ஒரு 'மடிசார்' மாமி வந்து கலந்து கொள்வாள்; ஆளைத் தூக்கும் வாசனை அடிக்கும் அவள் வரும்போதே; பல விதத்திலும் அவள் சுசீலாவுக்கு எதிர் துருவம். நிறைய நகைகள், வைர மூக்குத்தி, பேஸர், வைரத்தோடு, தலை பின்னிச் சுற்றிக் கட்டியிருப்பாள்; ஒரு சுமை பூ இருக்கும் தலையில் காரணம் இருக்கிறதோ இல்லையோ, வாய்விட்டுச் சிரித்துக் கொண்டேயிருப்பாள். வெள்ளைச் சிவப்பான உடம்பு. சற்றே குள்ளம். அங்கபாரம் நிறைந்தவள். மார்பின் நடுவில்தான் புடவை மடிந்து கிடக்கும். இடதுகால் ஆடுசதை நல்ல நிறத்தோது. கடைந்தெடுத்தது போல் தெரிந்து மோகமூட்டும். பின்னால் முக்கால் முதுகும், கழுத்தும் நகைகளும் பளிச்சிடும். அவள் மெல்ல மெல்ல நடந்து, அப்படியும் இப்படியும் ஒசிந்து நடந்து, 'கிளாஸ்களில்' அவை ஆகஆக அளவு பார்த்து ஊற்றித் தருவாள்.

நிறையவே குடித்தாலும் நிதானம் தவறாத கண்ணியத்துடன் எல்லாரும் சேர்ந்து அரசியல், தொழில், வர்த்தகம் பற்றிய சில விஷயங்களைப் பேசிக் கொண்டிருப்பார்கள். பெரியப்பாவும், சுசீலாவும் ஜெயாவும் தனியே உட்கார்ந்து ஏதாவது 'கிரஷ்', சாப்பிட்டுக் கொண்டே பேச்சில் கலந்து கொள்வார்கள்.

ஒருநாள், அமெரிக்கர் நாலு பேர் வந்து சேர்ந்தார்கள்; மிகவும் சுதந்திரமாகவும், பலநாள் இந்த இடத்துப் பழக்கம் உள்ளவர்கள் போலவும் ரொம்ப சந்தோஷக் கிளர்ச்சியில் அவர்கள் பரவசமாய் இருந்தனர். பெரியப்பா அவர்களைச் சிறப்பாகவும், சிரத்தையுடனும் உபசரித்தார். "குஞ்சு, அவனுகளாலே பெரியகாரியம் ஆக வேண்டி இருக்கிறது. உன் முழு சாமர்த்தியமும் இன்று பயன்பட வேண்டும்" என்று தமிழில் சொன்னார். குஞ்சு என்பது மிஸஸ். அம்பியின் பெயர். இவ்வளவு பச்சையாய் பெரியப்பா இதுவரையில் இறங்கியதே கிடையாது; சுசீலாவே முகம் சுளித்தாள்;

அமெரிக்கர்கள் கரை புரண்ட எழுச்சியோடு குஞ்சு மாமியின் 'டிரஸ்' பற்றி விமரிசனம் செய்து மகிழ்ந்தனர். அந்தப் புடவைக்கட்டு மிகவும் கவர்ச்சியானது, முழு 'செக்ஸ்' அப்பீல் உள்ளது என்றெல்லாம் இளித்துவிட்டு, சுசீலாவிடம் "வாட்மிஸ். ஆர் வி ரைட்? வொய் கான்ட் யூ ஆல்ஸோ..?" என்று தொடங்கி முடிப்பதற்குள் சுசீலா, "அது தமிழ்நாட்டில் பெரிய கோயில்களில் நிற்கும் எங்களது தாய்த் தெய்வமான அம்பிகையின் அலங்கார உடை. தம் ஒழுக்கத்தாலும், தியாகத்தாலும் உலக நலம் கருதி வாழும் இயல்பாலும், இந்த மண்ணுலகின் தேவர்கள் என்று ஒரு காலத்தில் கருதப்பட்ட, ஒழுக்கமும் படிப்பும் நிறைந்த இனத்தின் உடையும் இப்படி அமைந்தது" என்று மிகவும் எளிய ஆங்கில வார்த்தைகளைக் கொண்டு விளக்கம் தந்தாள். ஜெயா, பெரியப்பா, குஞ்சு மாமி மூவருக்கும் 'சுரீர்' என்றது. அத்துடன் அந்தக் கட்டம் மாறிவிட்டது.

பிறகு, அரசியல் பேச்சு நடந்து கொண்டிருந்தது. சுசீலா இந்தப் பேச்சில் தன் கருத்தைத் தகுந்த சான்றுகளுடன் அழுத்தந்திருத்தமாகச் சொல்வாள். அவை அகலமான அறிவும் தெளிவான சிந்தனையும் உள்ளவையாக இருக்கும்.

அடுத்தது சாப்பாட்டுச் சம்பிரமம். பட்லர்கள் நடமாட்டம், தட்டு முட்டு ஓசைகள். உடனே சுசீலா இனிமையும் சாதுர்யமும் கலந்து பேசி, ஜெயாவுடன் அவர்களிடமிருந்து விடைபெற்றுப் பத்திரமாய் உள்ளே போய்ச் சேர்வார்கள். சேர்ந்து இரவு சாப்பிட்டு விட்டு, ஜெயாவுடன் அறைக்குப் போய் அவளுக்குத் துணையாய் சிறிது நேரம் இருந்துவிட்டுத் தனது அறைக்குச்

செல்வாள் சுசீலா. சிறிது நேரம் அவள் ஜெயாவின் அறையில் இருந்து படிப்பு விஷயமாய் அவளுக்கு ஏதாவது சொல்லிக் கொண்டிருப்பாள்.

பிறகு வெகு நேரம் கழித்துப் பெரியப்பா, மாமி இருவரும் வந்து சாப்பிடுவார்கள். குஞ்சுமாமி மெல்ல வந்து ஜெயாவுடன் பேச்சு கொடுக்கவும், அன்பு காட்டவும் முற்படுவாள். அது நீளவிடாமல் பார்த்துக்கொள்வாள் சுசீலா. குஞ்சுவும் இங்கிதமாய் விடைபெற்றுப் பெரியப்பாவிடம் அன்றைக்கான கூலியைப் பேரம் பேசிவாங்கிக் கொண்டு காரில் போய்விடுவாள்.

சுசீலா ஜெயாவிற்கு எல்லாவிதத்திலும் 'ட்யூட்டர்'தான், எம்.ஏ.யில் சோஷியாலஜி எடுக்க வேண்டும் என்று வற்புறுத்தி, அந்த இரண்டு வருஷத்திலும் ஜெயாவுக்கு மணிக்கணக்கில் தினமும் பாடம் சொன்னாள். உலக வரலாறு, உலகப் புவியியல், பல்வேறு மதங்கள், அவற்றின் உட்பிரிவுகள், பழையகலை, நவீனகலை, பண்பாடு என்பன போன்ற விஷயங்களில் கல்லூரிப் பேராசிரியர்களைவிட அதிகமாகவே எடுத்துரைத்து எழுதியும் கொடுத்தாள். மோகனும் தினமும் வந்து கேட்பான்; பிறகு பெரியப்பா வீட்டிற்கே அவனும் வந்துவிட்டான்.

மோகனின் அப்பா பெங்களூரில் ஒரு பெரிய வர்த்தகப் புள்ளி; இரண்டு மூன்று வர்த்தக நிறுவனங்களை நடத்துபவர்; பெரியப்பாவுக்கு நீண்டநாள் நண்பர்; "மோகன் மிகவும் மந்தமாகவும் சாதுவாகவும் இருக்கின்றான்; ஒரே மகன்; செல்லப்பிள்ளை படிப்பு வருகிறதே தவிரப் பொது அறிவும் சாமர்த்தியமும் பத்து பேரோடு பழகும் லாகவமும் துடிதுடிப்பும் துளிக்கூட இல்லை. டில்லியில் தன் நண்பரது மேற்பார்வையில் பையன் படிக்கட்டும்; நாகரிகச் சூழலில் பழகட்டும்' என்றெண்ணி பெரியப்பாவிடம் சொல்லி அவனை அனுப்பினார். அவன் ஜெயாவுடன் பழகி நேசம் கொண்டு, சுசீலாவின் மாணவனும் ஆகி, இப்போது பெரியப்பா வீட்டிலேயே தங்கி இருந்தான். அவனுடைய அப்பாவுக்கும் பெரிய சந்தோஷம்; நிம்மதி. அவனை முன்புறத்து ஹால் கூட்டத்தில் சேர்ந்துவிடாமல் பாதுகாப்பதிலும் சுசீலா விழிப்புடன் இருந்தாள். சுசீலா ஜெயாவுக்கும் மோகனுக்கும் அன்பும் பரிவும் வளர்ந்து வந்த அந்தப் பருவ மலர்ச்சியில், நல்ல மணமும், அழகும் கூடச் செய்தாள்; மிகுந்த நெருக்கத்தில் சிறிய, பெரிய கார், ரயில் பிரயாணங்களில்–வழியெல்லாம் கேட்கும் மோகனமான மோகப் பொய்யழைப்பும், பித்தம் மலிந்து தோன்றும் போலிப் பசியும் தோன்றாத வகையில் நளினமான மெல்லிய திரையிட்டு, மிகவும்

நாசூக்காகப் பழகச் செய்தாள். அவர்களுடைய அன்புப்பயிர் முற்றி அறுவடைக்கான பருவம் வரையில் காத்துக்கிடந்து உயரும் பொறுமையையும், பொறுப்பையும் ஊட்டி இருந்தாள்.

பெரியப்பா ஒரு நாள் அவர்களைப் பற்றிக் கேட்டபோது சுசீலா, "எல்லாவகையிலும் ஒத்த தம்பதிகள் ஆவாங்க சீக்கிரமே. முதல்ல படிப்பு முடியணும், ஒருத்தரை ஒருத்தர் இன்னும் நல்லாப் புரிஞ்சுக்கணும், அது மட்டுமில்லே... உங்களோட தம்பி, அவரோட சம்சாரம் ரெண்டு பேரையும் நாம கொஞ்சம் நினைச்சுப் பார்க்கணும்" என்றாள்.

"ஏன், அவங்களுக்கென்ன. நான் சொன்னா என் தம்பி..."

"இல்லே, அவங்க சென்னையில குடியேறியும் இன்னும் கிராமத்துச் சடங்கு சம்பிரதாயங்களை விடாதவங்க. ஏன், இங்கே டெல்லியில இருக்கும் நம்ம பக்கத்துக் கூட்டம் அத்தனையுமே, புதுடில்லியில் மஞ்சவயல் கிராமத்தையும், புளியஞ்சேரியையும், கும்பகோணத்தையும் பாவனையால் மனத்தளவிலாவது படைத்துக் கொண்டு வாழும் பித்துக்குளிக் கூட்டந்தானே, ஆவணியாவிட்டம் என்று கூட்டம் கூடி யமுனைக்கும் போகும் வர்க்கந்தானே, அதனாலதான் சொல்றேன். அவசரப்படக்கூடாது; ஆர அமரப்போகணும்" என்றாள் சுசீலா.

மோகனும் ஜெயாவும் படித்துப்பட்டங்களும் பெற்றாயிற்று; இருவரும் மேலே படிக்க அமெரிக்கா போகும் விஷயமும் தீர்மானமாகி விட்டது. இருவரையும் ஊருக்கனுப்பிப் பெற்றோரிடம் அனுமதி பெற்று வரச்செய்ய வேண்டும். மோகன் அப்பாவை அப்போது ஜெயா போய்ப் பார்க்க வேண்டிய அவசியமில்லை. அவர்களை வாழ்த்தி வழியனுப்ப அவர் டில்லிக்கு வரும்போது எல்லாம் முடிவாகிவிடும். ஜெயாவின் பிரச்னைதான் சற்று தொல்லை தருவது, இருவரும் ஊருக்குப் போகும் முன் பெரியப்பாவும், சுசீலாவும் கலந்து பேசினார்கள்.

ஜெயாவின் பெற்றோர்களைப் பற்றி மீண்டும் பேச்சு வந்தது. அவர்கள் முழுமனத்துடன் இதற்கெல்லாம் சம்மதிப்பார்களா என்பதுதான் பிரச்னை.

"என் தம்பி ஒரு வெறும் ஆள், சுத்த உதவாக்கரை, குதிரைரேஸ், சீட்டாட்டம்னு சூதாடியே வீணாப்போனவன். இப்போ இந்தப் பெரியவாள் பக்தி வேற ஏற்பட்டிருக்கு, வெறும் ஆஷாட பூதித்தனம். பூஜை, கீஜைன்னு வேற கூத்தடிக்கறான், எந்த ஒரு வேலையிலும் நிரந்தரமா இருக்க மாட்டான். கடைசில நான்தான் என்னோட நண்பர் ஒரு பார்ஸிக்காரரண்டே சொல்லி

'ரெப்டைல்ஸ்' கடையில வேல வாங்கிக் கொடுத்தேன். நல்ல காலமா, நான் மெட்ராஸ்ல இருந்தப்போ ஒரு பழைய வீட்டை வாங்கிப் போட்டேன், அதுவும் ஒரு சான்ஸ்தான். அந்த வீடு இல்லாட்டா இவன் சந்தியில தான் நிக்கணும், அவன் கிடக்கான் விடு, விடியா மூஞ்சிப்பய, அவனென்ன செய்வான் பாவம். மூத்த பெண்ணுக்குக் கல்யாணம் பண்றான், பண்றான், அப்படிப் பண்ணின்டிருக்கான் வருஷக்கணக்கா."

"அவன் பிள்ளை ஒருத்தன் இருக்கான், அவனாவது ஏதாவது படிச்சு கிடிச்சு உருப்பட்டாத்தேவலை, நம்ம ஜெயா ஒரு கோடீஸ்வரன் வீட்டுக்குப் போக வேண்டியவ. கசக்குமா என்ன? ஆனால் என் தம்பியோட ஆத்துக்காரி தான் பெரிய பிரச்னை. அவ ஒரு வாயாடி, ஆனா அசடு, மூலக்கடுப்புக்காரி மாதிரி 'படபடன்னு வாயில வந்தது போனது எல்லாம் கொட்டுடிவா, ரொம்ப ஆசாரக்காரி யாச்சேன்னுதான் பாக்கறேன். அவ மோகனோட குலம், கோத்திரம்னு நோண்டினாளான்னா என்ன பண்றதுன்னு... ஒரு வேடிக்கை பண்ணுவோமா... ஜெயாவின் அம்மா சமாதானம் பண்ணிக்கிற மாதிரி மோகனுக்கு அடையாளமா தோள்ல எதையாவது ஒரு நூலை மாட்டி அனுப்புவோமா? இப்போ என்னோட திட்டம் என்னன்னா, ரெண்டு பேரும் ஒரு தடவை மெட்ராசுக்குப் போய் அப்பனுக்கும் அம்மாவுக்கும் தங்களைக் காட்டிவிட்டு வரட்டும். அப்பறம் கல்யாணம் தானே நடக்கும், மோகன் இன்னும் நாலஞ்சு வருஷங்கள்ல பெரிய 'பிஸினஸ் மாக்னட்'ஆகப் போறவன் தெரியுமா?" என்று ஒரு பெரிய பிரசங்கமே செய்து முடித்தார் பெரியப்பா.

"நீங்களும் மோகனை அப்போது உங்க கோஷ்டியில் சேத்துண்டா போதுமே, இப்போவே அதைச் செய்ய வேண்டாமே, போனவாரம் நான் ஒருநாள் அமெரிக்கன் எம்பஸிப்பக்கம் போய்ட்டு வர்ரதுக்குள்ளே மோகனை முன்புறத்துக்கு அழைச்சிண்டு போனீங்களாமே, அது அவசியந்தானா? நாளைக்கு ஜெயாவின் புருஷனில்லையா மோகன்... கொஞ்சம் ஜாக்கிரதையா பார்த்துக்கணும்..." என்றாள் சுசீலா.

"ஆகா ... அப்படியே ... இனிமே நான் ரொம்ப ஜாக்ரதையாவே இருப்பேன். இது என்னவாம். இதுவும் ஒரு கிராமத்துப் புத்திதானே." என்று பெரியப்பா சிரித்தார்.

"அது அதுக்கு ஒரு காலம் உண்டு... அந்தந்தக் காலத்துல நேர்ந்தாதான் அதது பொருத்தமா இருக்கும்... அது சரி, மோகனும், ஜெயாவும் சேர்ந்து மெட்ராசுக்குப் போறதால அநுகூலம்

ஏற்படறதற்குப் பதிலா ஏதாவது பிரதிகூலம் நேர்ந்துட்டா என்ன செய்வோம்? எனக்கொரு யோசனை தோணறது:

"சொல்லேன், சுசீலா"

"உங்க தம்பிய இங்கே வரச் சொல்லி இந்த முடிவைத் தெரிவிப்போம் முதல்ல, பிறகு அவரக் கொண்டு ஜெயாவின் தாயாரைச் சம்மதிக்க வைக்கறது சுலபமா இருக்குமே..."

"அது சரிப்பட்டு வராது சுசீலா. அந்த ராக்ஷஸி அவனைத் தூக்கி எறிஞ்சுடுவா, அவன் தவிப்பான். ஒண்ணு செய்யலாமே. நீ போயேன் குழந்தைகளோட, அவளுக்கும் இதமா எடுத்துச் சொல்லி சுமுகமா முடிச்சுண்டு வரலாம். அவ ஏதாவது முரண்டு கத்தினா பேசாம நீங்க மூணுபேரும் இங்கே வந்துடுங்க... அப்புறம் நான் பார்த்துக்கறேன்... சோத்துக்கு வீங்கற அந்த ராங்கிக்காரிக்கு நான் பதில் சொல்லிக்கறேன். ஜெயா என்னோட கொழந்தை... அவள் கல்யாணமும் மற்றதும் என் பொறுப்பு. என் இஷ்டம்... என்ன. நீ மெட்ராசுக்குப் போய்வர்றதுதான் நல்லதுன்னு எனக்குப்படறது..."

"நான் பேசி வாய் இழக்கக்கூடாது இதில். தவிர; என்னை அந்த அம்மா மதிச்சுப் பேச மாட்டா; நான் அப்படி ஒரு அவமானத்தை விலை கொடுத்து வாங்கிக்க விரும்பல்லே; ஜெயாவே பார்த்துப்பா; சமய சந்தர்ப்பங்களுக்குத் தகுந்தாப்பல சமாளிப்பா..."

"இல்லே, சுசீலா. நான் அப்படி நினைக்கலே. ஜெயாவுக்கு அவ்வளவு தைரியம், அப்பா அம்மாவுக்கு எதிரே வராது. தவிர, சம்பிரதாயம் அது இதெல்லாம் சொல்லி அம்மாக்காரி கத்தினா இவ பயந்துபோக வாய்ப்புண்டு..."

"ஜெயாவா... நம்ம ஜெயாவா. அவ சடங்கு, சம்பிரதாயமெல்லாம் பத்தி வாதம் செய்யறதை நீங்க கேட்டதில்லே... அடேயப்பா. நான் ஆச்சரியப்படறதுண்டு... இங்கே டெல்லியில் நடக்கும் கல்யாணம், கருமாதியிலே எல்லாம்... நீங்க ஊர்லே இல்லாதப்போ உங்க பிரதிநிதியா போய்க் கலந்துண்டு வந்து, அவைகளோட போலித்தனங்கள்—சாஸ்திரிகள் என்ற நடிகர்களைப் பத்தியெல்லாம் காரசாரமாக் கிண்டலுடன் விமர்சனம் செய்றதை நீங்கக் கேட்டிருந்தா இப்படி நெனைக்க மாட்டீங்க; முதிர்ந்து, பக்குவமான திடமான பல கருத்துகளை அவ வளர்த்துக் கிட்டிருக்கா. நிச்சயமா சுமுகமா அம்மாவைச் சமாளிச்சுடுவா—கவலையே வேண்டாம். ரெண்டு பேருமே போய்விட்டு வரட்டும்; பிறகு யோசிப்போம்" என்றாள் சுசீலா. ஜெயா சென்னைக்குப் புறப்படும் வரை அவளுக்குப் பல

விஷயங்களையும் சொல்லி அனுப்பியிருந்தாள். அதனால் தான் ஜெயா ஆத்திரப்படாமலும் அவசரப்படாமலும் ஒவ்வொரு நிலையையும் தாண்டி வந்து கொண்டிருந்தாள்.

○

ஜெயா, தான் வீட்டுக்கு வந்த அரை மணி நேரமாகவே சரியான சூழ்நிலை நிலவாததைக் கிரகித்துக் கொண்ட ஜெயா, மோகன் பெங்களூருக்குப் புறப்பட்டுப் போன பிறகு இன்னும் தீவிரமாக அம்மா, அப்பாவிடம் இதைப் பற்றிப் பேசுவோம் என்று காத்திருந்தாள்.

அப்பா சங்கர், எங்கேயோ போய்விட்டு விரைவில் வீட்டுக்கு வந்தார். வாழை இலை வாங்கிக் கொண்டு வந்திருந்தார் கையோடு.

குமாரும் மோகனும் சம்பாஷணை மூலம் நெருங்கி இணைந்திருந்தனர். கலகலப்பாய்க் கேலியும் சிரிப்புமாய்ப் பேசிக் கொண்டிருந்தார்கள்; மோகன் ஆங்கிலத்தில் சரளமாய்ப் பேசினான். குமார் தட்டுத் தடுமாறித் தப்பும் தவறுமாய்ப் பேசிக்கொண்டிருந்தான். பேச்சில் திமிர் மட்டும் குறையவில்லை. “நீ பி.ஏ. தேர்ச்சி பெறத் தவறியிருக்கக்கூடாது குமார்” என்றான் நயமாக மோகன்.

“சார், சமஸ்கிருதம் படிச்சா ஸ்காலர்ஷிப் கிடைக்குங்கறதால இதோ இப்படித் திரும்பினா இருக்கும் ஒரு காலேஜ்... மட்டமான காலேஜ்... அதில் சேர்த்தாங்க. நடந்தே போயிடலாம்... பஸ் செலவில்லே... கட்டணங்களும் இல்லேன்னு சேர்த்தாங்க. எனக்கோ சமஸ்கிருதம் வராது, இங்கிலீஷ் புரொபஸர் படு போர்...” என்று சிரித்தான் குமார்.

“எலே... அந்தக் காலேஜா மட்டம்? முட்டாப்பயலே, உனக்குப் படிப்பில சிரத்தையில்லாம கோட்டைவிட்டுட்டு... பேத்தாதே ஏதாவது...” என்று மகனைக் கடிந்து கொண்டார் அப்பா. எல்லாரும் சிரித்தனர்.

சமையலுக்கு உதவியாக அம்மாவுடன் சேர்ந்து கொண்ட அக்காவுக்கும், அம்மாவுக்கும் இடையில் புகுந்து, தனக்குப் பிடித்த சமையல் அயிட்டங்களைச் சொல்லி, டெல்லியில் சின்னப்பையன் ஒருநாள் பாயசத்தில் உப்பைப் போட்டுவிட்டு, ரஸத்தில் ஏலக்காய்ப் பொடியைப் போட்டுவிட்ட கதையைச் சொல்லி, சமையலறையில் கலகலப்பை ஏற்படுத்தினாள் ஜெயா. மூவரும் சிரித்தார்கள். “என்னடி ஜெயா, ரயில் தீட்டோடு உள்ளே வந்து என்மேலேயும் படறயே...” என்று அம்மா ஒதுங்கினாள்.

“ஆமாம். தீட்டு... இன்னும் உங்களுக்கு... அம்மா... அசுத்தம், வியர்வை, காலில் கண்டதுபட்ட அழுக்கு இவை போன்றவைதான் தீட்டு...” என்று சொல்லிவிட்டு அம்மாவை இறுகத் தழுவிக் கொண்டாள். அம்மா நிஜமாகவே சந்தோஷப்பட்டாள். “என் பட்டுத் துரைச்சி...” என்று தானும் தழுவிக் கொண்டாள்.

சங்கர் மோகனுடன் பேசிக்கொண்டிருந்தார். டெல்லி பாலிடிக்ஸில் தொடங்கிச் சீக்கியர் – இலங்கையில் தமிழ் மக்கள் மீதான இனப்படுகொலை, தமிழ்நாட்டு அரசியல் என்றெல்லாம் பேசி, பெங்களூரில் மோகனின் அப்பா செய்யும் பெரிய வியாபாரம் வரை வந்துவிட்டிருந்தது பேச்சு; அந்த வியாபாரத்தின் விவரங்களைப் புரிந்துகொண்டு பேசி மகிழ்ந்தார் சங்கர். ஒரு பெரிய பணக்காரருக்கு ஒரே மகன் மோகன் என்பதை அறிந்து அவர் முகம் மலர்ந்திருந்தது.

உள்ளே அம்மாவுக்கும் அக்காவுக்கும் கூட இந்தச் செய்தி புரிந்துவிட்டது; மோகனுக்கு உபசாரம் செய்வதில் அவர்களுக்கு ஓர் ஆர்வத்தையும் தந்தது.

இதற்குள், குமாரைப்பற்றிக் கவலைப்பட வேண்டியதில்லை, பெங்களூரில் தங்கள் கம்பெனியில் ஒரு வேலை கிடைப்பது நிச்சயம் என்றும், தன்னுடன் கூடவே அவன் புறப்பட்டுவிடலாம் என்றும் மோகன் உறுதியாய்ச் சொல்லிக் கொண்டிருந்தான்.

“ரொம்ப சந்தோஷம் சார்” எதுக்கும் நீங்க போய், அப்பாவிடம் கலந்து பேசி எழுதுங்கோ... உடனே குமாரை அனுப்பறேன்” என்றார் சங்கர்.

“மோகனே நேர்ல வந்து சொல்வாரப்பா” இன்னும் ரெண்டு, மூணு நாள்லே அவர் இங்கே திரும்பியே ஆகணும். உடனே நாங்க டெல்லிக்குப்போய், அமெரிக்கா போக முன்னேற்பாடுகள் செஞ்சு ஆகணும், வந்ததிலேருந்து இதை நான் சொல்லிண்டிருக்கேனே...” என்று சொல்லிக்கொண்டே ஜெயா வந்தாள். சமையல் அறையிலிருந்து பிறகு குளிக்கச் சென்றாள், குளித்துவிட்டு வந்து உடை மாற்றிக்கொண்டே, “டேய் குமார்... ப்ளீஸ். மோகன் குளிக்கக் கொஞ்சம் உதவி செய்யேன்...” என்று கொஞ்சினாள்.

தன் வயிற்றில் பிறந்த பெண்தான் ஜெயா, தன்னுடைய மூத்த மகளுக்கும், அவளுக்கும் இருந்த வித்தியாசங்கள் மனசில் உறுத்த ஜெயாவைப் பார்த்துக் கொண்டிருந்தாள் அம்மா. அவள் உடம்பு வளர்ந்திருக்கும் பாங்கும், மேனியின் மினுமினுப்பும் புடைவை, ரவிக்கைகள் அப்படி ஒரு கச்சிதமாய்

இருந்ததும் அம்மாவுக்கு மிகுந்த மகிழ்ச்சியைத் தந்தன. வீட்டில் இருக்கும் பெண் கல்யாணம் ஆகவேண்டியவள் ஜெயாவைப் போல் இல்லையே என்ற எண்ணம் தோன்றியது. நிச்சயமாகப் பொறாமையேதும் இல்லை, ஆனால் ஒருவகை ஆற்றாமை தோன்றிற்று. பெரியப்பா வீட்டில் மிகவும் செல்லமாய் வளர்பவள் அவள் என்பது ஜெயாவின் நடை, உடை, பாவனை, பேச்சு எல்லாவற்றிலுமே பளிச்சென்று தெரிந்தது.

மூத்த பெண்ணும் சிவப்புத்தான், கொஞ்சம் குள்ளமே தவிரப் பருமன் இல்லை. மூக்கிலும், காதிலும், கழுத்திலும் ஏதோ நகைகளும் போட்டுக் கொண்டிருக்கிறாள்.

ஜெயா மூக்குக்கூட குத்திக்கொள்ளவில்லை. காதில் வளையம் தொங்குகிறது, ஒரே ஒரு ஜோடி வளையல்தான் வலது கையில் மட்டும், இடது கையில் கறுப்புக்கயிற்றில் கோத்த கடியாரம், கையும் காலும் 'வழ வழ'வென்று... தலைமுடி கூட ஜெயாவுக்கு அலாதி அழகுதான். பார்த்துப் பார்த்து... யோசனை செய்து... "இருக்கட்டும். இரண்டுமே என் குழந்தைகள்தானே... நன்றாய் இருக்கட்டும்..." என்று நினைத்துக் கொண்டாள் அம்மா.

இதற்குள் மோகன் குளித்துவிட்டு வந்தான். இடுப்பில் தலை துவட்டிக் கொண்ட துண்டைத்தான் சுற்றியிருந்தான். அப்போது அவனை ஜெயாவைத் தவிர மற்றவர்கள் எல்லாருமே கவனமாய்ப் பார்த்துக் கொண்டிருந்தார்கள். அவன் நல்ல கறுப்பு. சட்டை போட்டுக்கொண்டு இருந்தபோது முகத்தைப் பார்த்து, மாநிறம் என்று அவர்கள் செய்திருந்த முடிவு, இப்பொழுது முழு உடம்பையும்–அதுவும் குளித்து விட்டு வந்தபோது பார்த்ததில் மாறிவிட்டது. அவன் கறுப்பில்தான் சேர்த்தி, உடம்பு முழுதும் அடர்ந்திருந்த ரோமம் வேறு. சதைப்பற்றில்லாத–தசையமுத்தம் கொண்ட பலசாலியான உடம்பு, உயரம், மீசையும், கிருதாவும் இல்லை. தன் பையிலிருந்து ஒரு எட்டு முழ வேஷ்டியை எடுத்துக் கட்டிக்கொண்டதும் எல்லோருக்கும் ஒரே ஆச்சரியம், அவர்கள் லுங்கியை எதிர் பார்த்தார்களோ, என்னவோ, ஒரு பனியனை எடுத்துப் பிரித்து அதைப் போட்டுக் கொள்ளாமல் தோளில் போட்டுக் கொண்டு சாப்பிட உட்கார்ந்தான்.

சாப்பிட உட்கார்ந்தார்கள், அம்மாவும் அக்காவும் பறிமாறினார்கள், அப்பா, குமார், மோகன் அவனுக்குப் பக்கத்தில் ஜெயா, அவர்களுக்கெல்லாம் தட்டுக்களும், சின்னத் தட்டுக்களும் இருந்தன. மோகனுக்கு மட்டுந்தான் நுனி வாழை இலை, பாயசத்திலிருந்து ஆரம்பித்துப் பச்சடி, கறி, கூட்டு, வறுவல் எல்லாம் பரிமாறப் பரிமாற ஜெயாவும், மோகனும்

எடுத்தெடுத்துத் தின்று கொண்டிருந்தார்கள். அப்பாவும், குமாரும் அம்மா சாதம் வைக்க வந்தபோது கையில் ஜலம் எடுத்துத் தட்டைச் சுற்றினார்கள். தன் இலையில் சாதம் வைக்க வந்தபோது தான் மோகன், "சாரி... எனக்கு இலையிலே சாப்பிடவே தெரியாது, பழக்கமே இல்லை, எனக்கும் ஒரு தட்டு வேணும்" என்று மழலைத் தமிழிலே சொன்னான்.

"அடாடா... அப்படியா?" என்று அப்பா தவித்தார். கையில் சாதத்துடன் நின்ற அம்மாவுக்கு என்ன செய்வதென்றே தெரியவில்லை.

அதற்குள் தன் தட்டிலிருந்து பாயசத்தை எடுத்து நாவில் தடவிக் கொண்டு, "ஆகா... ரொம்ப ஜோர்" என்று சுவைத்துக் கொண்டிருந்த ஜெயா, தன் சாப்பாட்டுத் தட்டையும் சின்னத் தட்டுகளையும் எடுத்து மோகனுக்கு எதிரில் வைத்துவிட்டு அவன் இலையை மெல்லத் தனக்கெதிரில் இழுத்துக் கொண்டாள்; எதையோ எடுத்துத் தன் வாயிலும் போட்டுக் கொண்டாள், சற்றே திகைத்த அம்மா சாதம் பரிமாறினாள்.

"மோகன், நீங்க இலையில சாப்பிட்டதே இல்லையா உங்க வீட்ல? பெங்களூர்ல சில ஹோட்டல்லே கூட இலை போடுவாங்களே" என்றாள் ஜெயா.

"எங்க அம்மா சாதாரணமாத் தையல் இலைலதான் சாப்பிடுவாங்க. விசேஷ தினங்கள்லே வாழை இலையும் உண்டு, ஆனா நான் சாப்பிட்டதே இல்லே"

"நானும் இலையிலே சாப்பிட்டு ரொம்ப நாளாச்சு; எனக்கு இலையில் சாப்பிடவும் தெரியும்; அது புடிக்கவும் புடிக்கும். அதில் ஒரு தனியான ருசியும் கூடறதா நெனைக்கிறேன்" இது ஜெயா.

"நம்ம புரொபஸர் ஒருத்தர் ஒருநாள் சொன்னார். கணவன் சாப்பிட்ட அதே இலையிலதான் மனைவியும் சாப்பிடற ஒரு வழக்கம் உண்டுன்னும், தென்னாட்லே பல குடும்பங்கள்ல அது இன்னும் நடக்கறதுன்னும் சொன்னாரே... நினைவிருக்கா?" என்று கேட்டான் மோகன்.

"அது நெஜந்தான், எனக்குந்தெரியும். மோகன்" நானே எங்க வீட்டுலே பார்த்ததுண்டு; எங்க அம்மா தினமும் அப்பா சாப்பிட்ட இலையிலேதான் சாப்பிடுவா, என்றான் குமார்.

"இப்போ நம்ம ஜெயா கூட –" என்று ஆரம்பித்துக் குமார் ஏதோ சொல்ல வந்தான், அவனை முறைத்துப் பார்த்த அம்மா, "டேய், ஏதாவது பேத்தாதே..." என்று கண்டித்தாள்.

ஜெயா சிரித்துக் கொண்டாள், அப்பா வந்த சிரிப்பை அடக்கிக் கொண்டார், அக்கா ஜெயாவைக் கடைக் கண்ணால் பார்த்தாள்.

"நான் சொல்ல வந்தது என்ன தெரியுமோ? ஒரு ஜோக்... அதாவது... என்று ஆரம்பித்த குமாரை "சொல்லுடா, சொல்லேன்..." என்று கெஞ்சினாள் ஜெயா.

"ஒரு புலவரை..."

"தமிழ் ஜோக்கா... சொல்லு... அசடு வழியுமே நீ சொல்றதில்..."

"ஒரு புலவர் ஆரணியில் ஒரு நண்பரோட வீட்டுக்குச் சாப்பிடப் போனாராம். அவர் புலவரைப் பார்த்து, நீங்கள் தையல் இலையில் சாப்பிடுவது உண்டா?ன்னு கேட்டாராம், புலவர் "கிடையாது, தையல் தான் என் இலையில் சாப்பிடுவாள்'னு சொன்னாராம். 'தையல்னா 'பெண்'ங்கறதும் ஓர் அர்த்தம் இல்லையா?' என்று விளக்கமும் தந்தான்.

அப்பா கொஞ்சம் சிரித்தார், ஜெயாவும் சிரித்துவிட்டு மோகனுக்கு விளக்கினாள்; மோகன் சிரிக்கவில்லை, குமாருக்கு ஏமாற்றம்.

சாப்பாடு முடிகின்ற நேரம். அம்மா, கரைத்த மோரை ஊற்றினாள். ஜெயாவுக்கும் மோகனுக்கும் தயிர் இல்லாதது... ஏமாற்றந்தான்.

திடீர்னு வந்ததால் பால்வாங்கித் தோய்க்க முடியலே; நாளைக்குத் தயிர் இருக்கும்" என்றாள் அம்மா.

"ஜெயா, தயிரைப்பற்றி ஒரு ஜோக் சொல்லட்டுமா?" என்றான் குமார்.

"ஊம்..."

"ஒரு புலவர், கோயம்புத்தூர்ல..."

"திரும்பவும் புலவர்தானா சரி... சொல்லு,"

"அவர் பணக்கார வீட்டில், விருந்து சாப்பிட்டார், தயிர் கெட்டியாக இருந்தது; பெரிய கிண்ணத்தில் தனியே தோய்த்த தயிர் வைச்சாங்களாம், உடனே புலவர், "இதுதான் மானமுள்ள தயிர் எங்கள் சென்னைத்தயிர் மானங்கெட்டது" என்றாராம். விருந்தில இருந்தவங்க ஒண்ணும் புரியாம விழிச்சாங்களாம். உடனே புலவர், "புரியவில்லையா? சென்னைத் தயிருக்கு ஆடை இருக்காது" என்றாராம், அப்புறம் எல்லோரும் சிரிச்சு, சிரிச்சு..."

"போறுமே. மகாபுத்திசாலித்தனம். இதெல்லாம் படிச்சு தெரிஞ்சு வெச்சுண்டிருக்கே..." இது அப்பா.

"கஷ்டம்... கஷ்டம்" என்று அலுத்துக் கொண்டாள் ஜெயா. சுருக்கமாக மோகனுக்கும் விளக்கினாள்; மோகன் சற்றே சிரித்தான்; குமாருக்குப் பெரிய சந்தோஷம்.

சாப்பாடு முடிந்தது! முன் கூடத்துக்கு வந்தார்கள்; சுவரில் மடக்கிச் சார்த்தி இருந்த ஸ்டீல் குழாய் ஈஸிசேரை எடுத்துப் பிரித்துப் போட்டு மோகனை அதில் உட்காரச் சொன்னார் அப்பா.

ஜெயா சிரித்துக்கொண்டே, "அப்பா, அவர் ஈஸிசேரில் சாய்வதே கிடையாது; பெரியப்பாவின் மிகக் கடுமையான உபதேசம் இது, அதில் சாய்ந்தால் கூன் விழுந்துடுமாம், இப்ப நம்ம குமார்கூடக் கூனின மாதிரி தான் இருக்கான், இனிமே அவனையும் சாயச் சொல்லாதீங்கோ..." என்றாள்.

"அப்படீன்னாடா. அவர் எப்படி ஓய்வு எடுக்கறது?" என்று கவலைப்பட்டார் அப்பா.

"கீழேயே ஏதாவது விரிப்பு இருந்தா போறும் படுத்துக்கலாம்..." என்று சொல்லிக்கொண்டே, சற்றே ஒலி கிளப்பிக்கொண்டு, பயமுறுத்திக்கொண்டு மேலே சுற்றிய விசிறியைப் பார்த்தான் மோகன்.

உள்ளே ரேடியோவை அடிக்கடிக் கையால் தட்டிக் கொண்டே – அந்த ஷாக்ட்ரீட்மெண்ட் இல்லாவிட்டால் அது பாடாது – பாட விட்டுக் கொண்டிருந்த குமாரைக் கூப்பிட்டு, "ஏண்டா, இந்த விசிறியை யாரையாவது கூப்பிட்டு ரிப்பேர் பார்க்கச் சொல்லக்கூடாதோ?" என்று கேட்டுவிட்டு, சிரித்துக்கொண்டே மோகனைப் பார்த்து "இங்கே எல்லாமே ரிப்பேர்" என்றார்.

உள்ளே, அம்மாவும், பெண்களும் பேசிக்கொண்டிருந்தார்கள். டில்லியில் தன்வாய்க்கு வேண்டியதெல்லாம் சமையற்காரர் செய்து வைத்தாலும் அம்மா கைச்சமையலின் ருசி இருப்பதில்லை என்று குறைபட்டுக்கொண்டாள் ஜெயா? அக்காவும் நன்றாய்ச் சமைக்கத் தெரிந்து கொண்டிருப்பதைக் கேட்டுத் தனக்கும் அந்த ஆசை இருப்பதாகக் கூறினாள்; அம்மாவுக்கும் அக்காவுக்கும் பரிமாற ஆரம்பித்தாள் ஜெயா. கரண்டிகளை வாகாய், வழியாய்க் கையாளக்கூடத் தெரியவில்லை அவளுக்கு. "உனக்கு எதுக்கடி இந்தக் கஷ்டமெல்லாம்? பணிக்கா கரண்டியைப் பிடிக்கவே தெரியலே; சமைச்சுக் கிழிக்கப் போறாளாம் இவ; உக்காந்து

அதிகாரம் பண்ண வேண்டிய மகராஜியா வாழறதுக்குத் தயார் ஆயிட்டே நீ. பேசாம எங்கப்பக்கத்துல வந்து உட்காரு... நாங்களே போட்டுண்டு சாப்பிடறது எங்களுக்குப் பழக்கமாவே ஆயிடுத்து" என்றாள் அம்மா.

"ஆமாம்மா; ஒரு சமயம் பார்த்தா, இங்கயே கொஞ்ச நாள் இருந்து சமையலெல்லாம் கத்துக்கணும் போல இருக்கு" என்றாள் ஜெயா.

அதே சமயத்தில் முன்கூடத்தில், "ஒரு சமயம் பார்த்தா அமெரிக்கா போறதைக்கூட தள்ளிப் போட்டுட்டு, இங்கேயே இருந்து நல்லா தமிள் பேசக் கத்துக்கிடணும்னு தோணுது" என்று சொல்லிக் கொண்டிருந்தான் மோகன். அப்போது அங்கே வந்த ஜெயா, "அந்த கவலையே வேண்டாம் மோகன், நானும் நீங்களும் அமெரிக்காவிலே இருக்கறச்சே, உங்களுக்குத் தீவிரமா முயற்சி பண்ணி தமிழ் எழுத, பேச சொல்லிக் கொடுத்துடறேன். சரிதானே" என்றாள்.

"ஆமாம் ஜெயா, கட்டாயம் கத்துக்கணும். மனம் கலந்து பேசிப் புரிந்து கொள்ளல் இல்லாத எந்த நட்பும், உறவும் உருப்படாது. என் மனசிலே ஒரு முடம் கவிந்து கிடக்கறாப் போல உணர்றேன் நான். நான் சரியாச் சொல்றேனா" என்றான் மோகன். அவன் குரலில் தொனித்த ஏக்கமும், உருக்கமும் எல்லோரையும் சற்றே அயரச் செய்தது.

எல்லோரும் ஓய்வெடுத்துக் கொண்டனர். உள்ளே அம்மாவும் அக்காவும் பேசிக் கொண்டே ஏதோ காரியம் செய்துகொண் டிருந்தனர். அந்தச் சிறிது நேரத்திற்குள் அவர்கள் இருவருடைய எண்ணப் போக்கு, காலை முதல் நிலவிய அமைதியை மறந்து இருவரையும் கடுகடுப்பும், பிடாரித்தனமும் நிறைந்தவர்களாக மாற்றிவிட்டிருந்தது. குமுறலும், கொக்கரிப்புமாய் இருவரும் கொந்தளித்துக் கொண்டிருந்தார்கள்.

மாலை சிற்றுண்டிக்குப் பிறகு மோகன் புறப்பட அவசரப்பட்டான் 'டவுனில்' இரண்டொரு நண்பர்களைப் பார்த்துவிட்டு ரயிலுக்குப் போக வேண்டும். குமாரும் கிளம்பத் தயார் செய்வதைப் பார்த்த ஜெயா, மெல்ல... நாசூக்காய் அவனைத் தடுத்து நிறுத்திவிட்டாள், தான் மட்டும் மோகனுடன் புறப்பட்டாள்.

அவர்கள் கிளம்பிக் கீழே சென்ற மறுகணமே, அதுவரை மிகவும் சிரமப்பட்டுப் பல்லைக் கடித்துக் கொண்டு இருந்தது போன்ற வேகத்துடன் அம்மாவின் பேச்சும் வீச்சும் காரசாரமாகவும், சரமாரியாகவும் பொழியத் தொடங்கின.

அக்காவின் குரலும் இடைஇடையே இடியைத் தொடரும் மின்னல் போல் வெட்டி வெட்டி மறைந்தது.

"டேய் குமார், உனக்கு வேலை தர்றதா சொன்னதும் அப்படியே உச்சி குளுந்துபோயி உறவாட ஆரம்பிச்சுட்டியோ. அப்பாவும் பிள்ளையும் காசு கிடைக்கும்ணு தெரிஞ்சா எதை வேணும்னாலும் செய்வேளே... தெண்டச் சோறுதடியா... ஏண்டா உக்காந்திருக்கே! கிளம்பு... அவா ரெண்டு பேரும் எங்கே போனாலும் கூடப்போ" என்று குமாரை அடிக்கப்போனாள் அம்மா.

"அவன் போகமாட்டாம்மா. போகமாட்டான். அந்த மோகன்கிட்ட ஏதாவது பிச்சை வாங்கிண்டிருப்பான் தடியன்... ஏன்... அப்பாதான் போகட்டுமே" என்றாள் அக்கா கமலி.

"கமலி, நாக்கை அடக்கிப் பேசக் கத்துக்கணும். நீ போற இடத்திலே மணக்கணும்னு ஆசை இருந்தா அம்மாவைப் பார்த்து காப்பியடிக்காதே..." என்று உபதேசம் பண்ணினார் அப்பா சங்கர்.

"போறுமே... போறும்... என்னாட்டமா அவளுக்குப் புருஷன் வாய்க்கறதைவிட அவ கன்னி கழியாமலே போயிடட்டும்... உபதேசம் ஒரு கேடா உங்களுக்கு? மானம், வெக்கம் இருந்தா ஒரு பொண்ணெ எவனோ கண்காணாத பயலோட ஊர் சுத்த விடுவேளோ... உங்க கூட்டமே அப்படித்தானே... சரி. இப்போ நீங்களே கிளம்பிப்போயி அவளெ உடனே இங்க இழுத்துண்டு வரப்போறேளா இல்லையா...

"அது ரொம்பத் தப்பு... விபரீதமாயிடும். ஜெயாவே திரும்பி வரட்டுமே... அதுக்குள்ளே என்ன ஆயிடும்?"

"இன்னும் என்ன ஆகணும், கல்லு மாதிரி நீங்க உட்கார்ந்திருக்கேளே... எனக்கு வயத்தை என்னவோ பண்றதே... இதெல்லாம் நல்லதுக்கில்லே..."

"இதெப்பாரு... வழக்கப்படி ஆரம்பிச்சுடாதே உன் கூத்தை, சுடக் குடிக்காதே... அண்ணா சமாச்சாரம்..."

"ஊக்கும் பெரிய அண்ணா... அவர் ரொம்ப யோக்யராச்சே... குடியும் குடித்தனமுமாய் இருந்தாத் தானே இதெல்லாம் தெரியும், குடியும் கூத்தியுமா இருக்கறவாளுக்கு என்ன புரியும்! நம்ம ஜெயாவை நம்மளை ஒரு வார்த்தை கேக்காம..."

"உன்னைக் கேக்காம என்ன செய்துட்டார் அவர் இப்போ; ஜெயாவை அவனுக்குக் கல்யாணமா பண்ணிக் கொடுத்துட்டார்?

பேத்தாதே ஏதாவது... நமக்கும் சம்மதமாயிருந்து... ஜெயாவுக்கும் பெரிய இடத்தில வாழ்க்கைப்பட அதிர்ஷ்டமும் இருந்து... ..."

"மூடுங்கோ... மூடுங்கோ வாயை... தலையிலே எழுத்து; அந்தக் கறுப்பன் தோள்ல ஒரு நூலாவது தொங்கியிருந்தா யோசிக்கலாம். பாஷையும் தெரியலை... யாரோ எவனோ..."

"ஜெயாவும், மோகனும் ரொம்ப நாளாச் சேர்ந்து படிச்சுண்டிருக்கா... பழகிண்டு வரா... ஒருத்தருக்கொருத்தர் ரொம்பப் பிரியத்தை வளத்துண்டிருக்கா..."

"அம்மா. அப்பா காதல்கதை சொல்றார், கேட்டுக்கோ... காசு... காசு... அப்படிப் பேசச் சொல்றது காசுதாம்மா?"

"கமலி, நீ நாளைக்குக் கல்யாணம் ஆகிப் புக்ககம் போக வேண்டியவ... கிண்டல் கேலியெல்லாம்..."

"அவ சொன்னதிலே என்ன தப்புங்கறேன்... நான் தான் கேக்கறேனே... நீங்க டெல்லிக்குப் போயிருந்த சமயத்தில நிச்சயதாம்பூலம் பண்ணிண்டு வந்தேளா... இல்லே... அந்தக் கறுப்பனோட அப்பன் வந்து பரிசம் போட்டானா? கமலி, அண்ணாவும் தம்பியுமா சேர்ந்து பொண்ணெ விற்கறதுக்கு, ஏற்பாடு செஞ்சுட்டா. ஜெயா நம்ம மூஞ்சிலே கரியைப் பூசத்தான் அவா ரெண்டு பேரையும் இங்க வரச்சொல்லி உங்கப்பாவே எழுதியிருப்பார்... இவா கூட்டமே இப்படித்தாண்டீ... நாலும் விட்ட கூட்டம்..."

"எல்லை தாண்டிப் போறது... நன்னால்லே இது. அப்புறம்..."

"அப்புறம் என்ன அப்புறம்... என்ன பயமுறுத்தறேளோ... நான் இதுக்கெல்லாம்..."

"தெரியுமே... நன்னாவே தெரியும் எனக்கு... அண்ணா தயவு இல்லேன்னா, எனக்கு வரும் சம்பளத்துக்கும், நம்ம செலவுக்கு... சந்தியிலேதான் நிக்கணும்... இந்த வீடு மட்டும் இல்லேன்னா..."

"ஐயோ! பெரிய வீடு யாரையோ வயித்தெரிச்சல் கொட்டிண்டு கொள்ளையடிச்ச வீடு இது... பாவம். அந்த வீட்டுக்காரன் ஒரு ஆசாரி... 'சேட்டுக்கிட்ட அடகுவச்சிருந்தேன், அவனும் ஐயரும் சேர்ந்து என் குடியைக் கெடுத்துட்டாங்களே'ன்னு 'லபோலபோ'ன்னு அடிச்சுண்டான் ரொம்ப நாள் வரையில். கோர்ட்டுக் கச்சேரியிலே என்னவோ மோசம் பண்ணிட்டார்

உங்க அண்ணா... அதனால்தானோ என்னவோ, இந்த வீட்டுக்கு வந்ததுலேர்ந்து சனியன் பிடிச்சு ஆட்டறது எல்லாரையும்... அது சரி வீண்பேச்சு எதுக்கு... நீங்க இப்பவே போயி அந்தச் சிறுக்கியைக் 'கரகரன்னு இழுத்துண்டு வரப்போறேளா இல்லையா..."

"அதெல்லாம் ஒண்ணுமில்லே... நீ வாயில வந்ததப் பேசிண்டிருக்காதே... எட்டுமணிக்குள் ஜெயா திரும்பி வந்துடுவா... விவரமாக் கேட்டுப்போம்... நீ பண்ற காரியம் உனக்கே – நமக்கே அசிங்கம், மல்லாக்கப் படுத்துண்டு துப்புறமாதிரி... நல்லகாலம் வந்துண்டு இருக்கு... அதைக் கெடுத்துடாதே."

"இதென்ன நல்ல காலமோ... இதவிடக் கஷ்ட காலமே கெடையாதே... கண்றாவி... அவனோட தொட்டுப் பழகறா... ஒருத்தர் எச்சில மத்தவா மாத்திண்டு... கஷ்டம்... கஷ்டம்... என் கண்ணுக்கு முன்னாடியே அவ இப்படிச் சீரழிஞ்சுப்போறதை நான் சகிக்கவே மாட்டேன்... போங்கோ... உடனே போங்கோ. நான் உசிரோட இருக்கணும்னா உடனே போயி..."

"பேசாம இரேண்டி கொஞ்சம்... உன் உசிருக்கு இப்போ ஒண்ணும் இல்லே... பேசாம போ உள்ளே... இல்லாட்டா..."

"இல்லாட்டா என்ன... அடிப்பேள்... அடியுங்கோ... உங்கக் கையாலேயே கொன்னுடுங்கோ... அப்படியாவது இந்தக் கண்றாவியெல்லாம் பாக்காம சுமங்கலியாப் போய்ச் சேர்ந்துடறேன்..."

"நீ இப்படியே கூத்துக் கட்டிண்டிருந்தா நான்தான் துர் மரணமாய் போய்ச் சேரவேண்டியிருக்கும்... போடி... போயி காரியத்தைப் பாரு..."

"பார்க்கறேன். போய்க் கல்யாண காரியம் ஆரம்பிக்கட்டுமா... சின்னப் பொண்ணுக்கு முதல்லே எல்லாம் ஆகட்டும்... கமலி எக்கேடு கெட்டுப் போனா என்ன... அதுசரி... இதுக்குள்ளே அதுகள் ரெண்டும் எந்த பஸ்ஸில் ஏறி எங்கே கெட்டு அலையறதுகளோ... நீங்களாவது, குமாராவது போயி..."

"பஸ்ஸுக்குக் காத்துண்டு நிற்கிற ஜன்மம் இல்லேடி அவா. இதற்குள் டாக்ஸி பறந்திருக்கும். கொஞ்சம் நீ பொறுமையாகவே இரு... குடிமுழுகிப் போயிடாது. நம்ம குழந்தை அப்படியெல்லாம் அசடு வழிஞ்சிவிடமாட்டா... நெருப்பிலே ஈ மொய்க்காது... அண்ணா அப்படியெல்லாம் விடமாட்டார். நான்கூட

டெல்லிக்குப் போயிருந்தப்போ கவனிச்சேனே... மோகன் ரொம்ப நெறியோடுதான் பழகறான்... தவிர அங்கே இருக்காளே... சுசீலா... அவமாதிரி ஒரு...”

“என்ன! என்ன! அவ மாதிரி... யார் அவ... ஊர்பேர் தெரியாத ஒரு குச்சுக்...”

“இப்ப நீ வாயை மூடப்போறையா... இல்லே...”

“ஜெயாவை உங்க அண்ணா இப்படியெல்லாம் கெடுத்துக் குட்டிச்சுவர் பண்ணிடுவார்னு தெரிஞ்சிருந்தா அவளெ அங்கே விட்டு வச்சிருக்கவே மாட்டேன்... ஏதோ குழந்தை பெரிய பெரிய படிப்பெல்லாம் படிக்கறாளே... அவரும் அவமேலே உசிரையே வெச்சிருக்காரேன்னு பார்த்தேன்... இப்போ என்னடான்னா...”

“இப்போ என்ன... அப்படியே அவர் கல்யாணம் செஞ்சுண்டாதான் என்னங்கறேன்... ஜெயாவேதான் சுருக்க கமலியின் கல்யாணத்தை முடியுங்கோன்னு சொல்றாளே...”

“ஐயய்யோ உங்க புத்தி இப்படியா போகணும்? அப்புறம் என்னெ உசிரோட பார்க்க முடியாது. ஆமாம்... இப்படி மானம், வெக்கத்தைவிட்டு இதுக்குப் பதிலா தேவடியாத் தொழிலே பண்ணலாமே... இதோ நான் போறேன். இந்த வீட்ல இனிமே ஒரு க்ஷணம்கூட இருக்கக் கூடாது... இதோ போறேன்... போயி சமுத்திரத்திலே விழுந்து மடிஞ்சு போறேன். நீங்களும் ஒரு ஆம்பளை... சீ... மானங்கெட்ட கூட்டம்... ...” என்று அவள் முடிப்பதற்குள் சங்கர் அவளைக் கன்னத்தில் ‘பளா’ரென்று அறைந்தார். அவ்வளவுதான் ஆரம்பித்து விட்டாள்; கத்தினாள்; கண்டதை எறிந்து உருட்டிப் புரட்டி ஒரே ஆர்ப்பாட்டம், கமலி இருந்த இடம் விட்டு எழுந்திருக்காமலேயே அப்பா... இந்த வீட்டுல உழைச்சி உழைச்சி ஓடாப் போன அம்மாவை நீங்க அப்படி அடிச்சுக் கொடுமைப் படுத்தறது ரொம்ப அக்கிரமம் அப்பா...” என்றாள்.

“அவர் அடிப்பார், கொல்லுவார்... எங்கிட்டே இப்போ என்ன இருக்கு... ஒண்ணுகூட இல்லயே... கழற்றிக் கொடுக்க... பாவிடீ இவர்... படுபாவி” அம்மாவின் குரல் ஓங்கிவிட்டது, தலைமயிர் அவிழ்ந்து புரளக் கீழே விழுந்து அழுதாள், அடித்துக் கொண்டாள்.

குமார் ஏதோ சொல்ல வாயெடுத்தான், எழுந்து போய் அவனைக் குப்புறத் தள்ளி மிதித்துவிட்டு மறுபடியும் அழுது புலம்ப ஆரம்பித்துவிட்டாள்.

"குமார், நீ எங்கேயாவது போய்ட்டு அப்புறம் வா... நானும் வெளியே போறேன்." என்று மகனையும் கூட இழுத்துக்கொண்டு படி இறங்கினார் சங்கர். கமலி அப்போது மட்டும் எழுந்து வந்து வாசற்கதவைத் தாழிட்டுக் கொண்டாள். இன்னும் இரவு கவியவில்லை...

அப்பாவும் பிள்ளையும் நேரே கபாலீசுவரர் கோயில் நோக்கிப் போனார்கள். சங்கர் கால்கொண்ட வேகமும் காட்டி மிக விரைவாக நடந்தார். குமார் அழுது கொண்டே கூடச் சென்றான். குளத்தில் இறங்கி முகம் கழுவிக் கொண்ட சங்கர், படித்துறையில் உட்கார்ந்தார், அங்கே உட்கார்ந்து கொண்டு மறுநாள் காலையில் யார் யார் வீட்டில் என்னென்ன சடங்கு, திவசம், கருமாதி, எங்கெங்கே யார்யார் போவது என்று திட்டம் வகுத்துக் கொண்டிருந்த சாஸ்திரிகள் ஒருவரிடம் போய் விபூதி கேட்டு வாங்கி ஜலத்தில் குழைத்து இட்டுக் கொண்டார். மகனையும் அழைத்துக் கொண்டு போய் ஒவ்வொரு சந்நிதியிலும் நின்று தரிசனம் செய்து வணங்கி, திருநீறும், குங்குமமும் வாங்கி இட்டுக் கொண்டார். குமார் அழுகையை நிறுத்திவிட்டுச் சுற்று முற்றும் பார்த்துக் கொண்டே மலர்ச்சி பெற்றுவிட்டான்.

அப்பா அவனிடம் "குமார், நீ வீட்டுக்குப் போயிரு. நான் கொஞ்சம் வேறு இடங்களுக்குப் போய்ட்டு சுருக்கவே வந்துடறேன்... அதுக்குள்ள ஜெயா வந்திருக்கமாட்டா... வந்ததும் அவளை விழுந்து பிடுங்காம உங்க அம்மாவைப் பார்த்துக்கோ..."

"அப்பா... எனக்குப் பயமா இருக்கே... நீங்களும் என்னோட வந்துட்டா என்ன? இல்லாட்டா ஒண்ணு செய்வமே... வாசல்லயே நிண்ணுண்டிருந்து, ஜெயா வந்ததும் நீங்களோ, நானோ அவளெ அழைச்சிண்டு போய் மாம்பலமோ, திருவல்லிக்கேணியோ போய் நம்ம உறவுக்காரர் வீட்ல ராத்திரி மட்டும்..."

"வேண்டாம்... வேண்டாம்... சரிவா... போவோம் இது வழக்கந்தானே; இதுக்குள்ள அவ சாமியாட்டம் அடங்கிப் போயிருக்கும்; இல்லாட்டா அதுக்கு மேலே அப்புறம் யோசிப்போம்" என்று வீட்டை நோக்கி வந்தார்கள்.

வழக்கம் போல்தான் நடந்தது; அம்மாவும் மகள் கமலியும் என்ன பேசினார்களோ, திட்டம் போட்டார்களோ சங்கரும் குமாரும் போனபோது கதவு திறந்தே இருந்தது. பூஜை அலமாரிக்கு எதிரே விளக்கேற்றி இருந்தது, அம்மா தலைமுடித்து முகம் கழுவிக் குங்குமம் இட்டுக் கொண்டு ஒரு மூலையில் அமைதியாய் உட்கார்ந்து கொண்டிருந்தாள், கமலி ரேடியோ

கேட்டுக்கொண்டிருந்தாள். புழுக்கம் அதிகமாக இருந்தது, குமார் போய் மின் விசிறியைப் போட்டான், அது ஓடவில்லை. ஒரு கம்பெடுத்து விசிறியை ஒரு சுற்று சுற்றிவிட்டான், அது மெல்ல… 'தம்' கட்டி நகர ஆரம்பித்தது. ஆரம்பமே பெரிய சத்தத்துடன் இருந்தது, பனைவிசிறியைத் தேடி எடுத்துக் கொண்டு வந்து அப்பாவிடம் கொடுத்தான். இருந்தது ஒரே விசிறி – கரி ஏறிக்கிழிந்து இருந்தது. விசிறிக்கொள்ளும் போது அதுவும் சத்தம் காட்டிற்று, மின் விசிறியை நிறுத்தினான்.

சற்று நேரத்தில் யாரும் எதிர் பார்க்காத வகையில் ஜெயா, மோகன் இருவரும் சேர்ந்து உள்ளே வந்தார்கள். வரும்போதே ஜெயா மிகுந்த உற்சாகம் தொனிக்கும் குரலில், "அப்பா, ரயிலில் ஒரே கூட்டம். மோகன் நாளைக்குத்தான் புறப்படறார். முடிஞ்சா பிளேனில் போகலான்னு உத்தேசம். லாட்ஜில் எதிலாவது 'ரூம்' போடுங்களேன்னேன். எதுக்கு… வீட்டிலேயே எல்லாரோடேயும் சந்தோஷமா இருந்துட்டுப் போகலாம்னு என்னோடவே வந்துட்டார்… என்று சொல்லிக்கொண்டே வந்தாள்.

வீடு அவர்கள் நினைத்தபடி இல்லை. வெறும் மௌனந்தான் வரவேற்றது. கமலியும் ரேடியோவைப் 'பொக்'கென்று அணைத்துவிட்டு அம்மாவுடன் உள்ளே மறைந்து கொண்டாள், அப்போது சுற்றிக் கொண்டிருந்த விசிறிச் சத்தந்தான் விகாரமாய்க் கேட்டது.

சங்கர் சிரித்துக் கொண்டே… "ஜெயா, தப்பா நெனச்சுக்காதே… மோகனுக்கு நானும் அதைத்தான் சொல்றேன்… பேசாமெ லாட்ஜில் 'ரூம்' எடுத்துக்கலாம் அவர். இங்கே இருக்கற இடம்… இந்த விசிறிச் சத்தம்… அது, இது எல்லாத்தையும் பார்க்கறபோது…" என்றார்.

"பரவாயில்லை… நான் காலையிலே புறப்பட்டுப் போக வேண்டியவன்தானே…" என்றான் மோகன்.

மோகனோட சிநேகிதர் அன்பைக் காட்டி எங்க ரெண்டு பேரையும் கொன்னுட்டார். சப்பாத்தி, வெஜிடபிள் பிரியாணி, சேமியா பகாலாபாத், ஐஸ்கிரீம் பாதாம் ஹல்வா, தூத்பேடா ஏக அமர்க்களம். எங்க ரெண்டு பேருக்கும் சாப்பாடு ஏதும் வேண்டாம். அம்மா எலுமிச்சம் பழம், கருவேப்பிலை, பெருங்காயம் போட்டு எங்களுக்கு நீர்மோர் கொடுங்க போதும்… இது பெரியப்பா 'அட்வைஸ்' எது, எவ்வளவு சாப்பிட்டாலும் மோர் குடிச்சுட்டா கல்லுகூட ஜீரணமாயிடுமாம்… என்று" உள்ளே போனாள் ஜெயா… அம்மா, அக்கா இருவருமே பதில்

பேசவில்லை, சற்று நேரம் கழித்து அம்மாவே "அதற்கென்னடி ஜெயா... குடிச்சாப் போச்சு... குமார், ஓடிப்போய் எலுமிச்சம் பழம் வாங்கிண்டு வர்றயா?" என்று வாய் திறந்தாள். பிறகு ஞாபகம் வந்து "குமார். வேண்டாம். மறந்து போச்சு... எலுமிச்சம் பழம் இங்கயே இருக்கு" என்று சொல்லி நீர்மோர் தயாரிக்க எழுந்தாள், நீர்மோர் கொஞ்சம் நிறையவே கரைத்துக் கொண்டு வந்து கொடுத்தாள் அம்மா.

இதற்குள் கமலி அப்பாவுக்கும் குமாருக்கும் சாப்பிடத் தட்டைக் கழுவி வைத்தாள். அவர்கள் இருவரும் சாப்பிடப் போனார்கள். முன்புறத்தில் மோகனும் ஜெயாவும் நீர்மோரைச் சுவைத்துக் குடித்தார்கள்.

"அப்போ மோகன், நீ பெங்களூர் போய் எல்லா ஏற்பாடுகளும் செய்துட்டு அதிக பட்சம் ஐந்தாறு நாட்களுக்குள்ளே திரும்பி இங்கே வர்றே... பிறகு..." என்று ஜெயா திட்டம் சொல்லிக் கொண்டிருந்தான். உள்ளே சாப்பிடுகிறவர்கள் பரிமாறுபவர்கள் ஆகிய நால்வருடைய கண்களும், காதுகளும் முன்புறத்திலேயே கவனம் காட்டின. ஜெயாவும் மோகனும் பேசிக் கொண்டிருந்தனர். "நம்ம சிநேகிதர் அகர்வால் நினைவிருக்கா ஜெயா, எம்.பி.பி.எஸ். படிச்சாரே... அவர் பாண்டிச்சேரியில் தானே இருக்கார்... அவரோட அட்ரஸ் ஞாபகம் இருக்கா" என்று கேட்டான் மோகன்.

"முழு அட்ரஸ் நினைவில்லே, எழுதியது டில்லியிலே இருக்கு. ஆனால் பாண்டிச்சேரியில் மிஷன் வீதியில் டிஸ்பென்ஸரி–கிளினிக் வைச்சிருப்பதாச் சொன்னது ஞாபகம் இருக்கு..." என்றாள் ஜெயா.

"அவர் ரொம்ப நாளாப் பாண்டிச்சேரிக்குக் கூப்பிட்டுண்டே இருக்கார் நம்ம ரெண்டு பேரையும். போகவே முடியல்லே..."

வாஸ்தவந்தான்... நேரமே கிடைக்கலையே... நீ பெங்களூரிலேருந்து ஒரு நாள் ரெண்டு நாள் முன்னாடியே வர முடிஞ்சா நல்லது... முடியுமா?"

"முயற்சி பண்றேன், அகர்வால் ரொம்ப சந்தோஷமாக இருப்பதாயும், மனமார மனிதத்தொண்டு செய்துகிட்டு இருப்பதாகவும் எழுதியிருந்தார்.

"ரொம்ப நல்லவர்... பணக்காரர் இல்லையே தவிர, ரொம்ப தாராள மனசு உடையவர்... அவரோட பெற்றோர் அவர் இஷ்டத்திற்கு நடக்க அனுமதி கொடுக்கறவா..."

"அதுதான் அவர் அதிர்ஷ்டம் ஜெயா... அகர்வாலைக் கட்டாயம் பார்க்கணுமே... நான் பெங்ளூரிலேருந்து கொஞ்சம்

முன்னாடியே புறப்பட்டு வர்றேன்... நீ தயாராயிரு" என்றான் மோகன்...

சங்கரும் குமாரும் மௌனமாய்ச் சாப்பிட்டு முடித்து முன்புறத்துக்கு வந்தனர். ஜெயா எழுந்து சமையலறைப் பக்கம் போய் அம்மாவுக்கும், கமலிக்கும் சாப்பாடு பரிமாற முயன்றாள், அவர்கள் தடுக்கவே வெளியே வந்து விட்டாள்...

அறையில் பெண்கள் மூவரும், முன்புறம் ஆண்கள் மூவரும் படுத்துக் கொண்டார்கள். எல்லோருமே விரைவில் தூங்கி விட்டார்கள். காலை ஐந்தரை மணிக்கே எழுந்து வீட்டு வேலைகளைக் கவனித்த அம்மாவும் அக்காவும் பால் வாங்கிக் காபி 'டிகாக்ஷன்' போட்டுவிட்டுக் குமாரை வந்து எழுப்பினார்கள். காலை டிபனுக்கு ஹோட்டலிலிருந்து இரண்டு பேருக்கு மட்டும் போதுமான இட்லி, வடை, பொங்கல் அல்லது பூரி கிழங்கு, கிச்சடி வாங்கிவரச் சொன்னாள் அம்மா. குமார் எழுந்து தயார் செய்து கொண்டு பையும், பாத்திரமும் எடுத்துக்கொண்டு வெளியே சென்றான்.

அப்பாவும் எழுந்துவிட்டார்; ஜெயா அயர்ந்து தூங்கிக் கொண்டிருந்தாள்; 'சட்'டென்று எழுந்து மணியைப் பார்த்துவிட்டு ரொம்ப நாழி ஆய்விட்டதே. சீச்சீ... இது ரொம்பத் தப்பு... சுசீலா இதற்கு மிகவும் கோபித்துக் கொள்வாள், காலையில் சூரியன் எழும்போது தூங்கும் மனிதர்கள் உருப்படவே மாட்டார்கள் என்பது பெரியப்பாவின் சித்தாந்தம். ஏழுமணி ஆகிவிட்டதே என்று சொல்லிக்கொண்டே பரபரப்புடன் எழுந்து மோகனைத் தொட்டுத் தட்டி எழுப்பினாள்; அவன் சுருக்கப் புறப்படவேண்டுமே.

மோகன் தூக்கம் கலையாமல் அவளது கையை மெல்லத் தள்ளிவிட்டுப் போர்வையைச் சரிசெய்து கொண்டான் "மோகன்... நீ புறப்பட வேண்டும்... நேரம் ரொம்ப ஆகிவிட்டதே..." என்று மறுபடியும் அவன் தோளைத் தட்டி எழுப்பினாள் ஜெயா. இந்த அழகை நான்கு பெண் கண்கள் கண்டு வெதும்பின; அக்கா முகத்தை விகாரப்படுத்திக் கொண்டு அம்மாவை இடித்தாள்.

அம்மா அம்மாவாக இல்லை... அவதாரம் மாறியது. ஆவேசம் புகுந்தது "சீச்சீ... நாயே. மானங்கெட்டவளே... இது என்ன குடித்தனம் பண்ற வீடா. இல்லே... கை காட்டி மரத்தெரு வீடா... ஓடு நாயே... அந்த ஆண் நாயோடு நீயும் ஓடிப்போயிடு... என் மூஞ்சியிலே விழிக்காதே இனிமே..." என்று இரண்டுபேர் மேலும் எதையோ வீசித் தண்ணீரையும் கொட்டிவிட்டாள். "அம்மா... அம்மா... என்று அலறினாள்

கமலி. அடிப்பாவி குடியைக் கெடுத்துட்டாயே... இதோ என் கையாலேயே உன்னைக் கொலை செய்துடறேன் பார்... நீ ஒரு பொம்மனாட்டியா... இல்லே... பேய்பிசாசா..." என்று கத்திக் கொண்டு அவள் மேல் பாய்ந்து தலைமுடியைப் பற்றி இழுத்தும் சுவரில் மோதினார் அப்பா.

மோகன் எழுந்து உட்கார்ந்தவன் பிரமையும் கிலியும் கொண்டு "ஐயோ... ஐயோ... ஜெயா..." என்று கத்திவிட்டு மூர்ச்சை போட்டது போல் சாய்ந்துவிட்டான்.

ஜெயா... கை கால் ஆகாமல், அசையாமல் ஸ்தம்பித்து ஏதோ முடக்கிவிட்டதைப்போல் செயலற்றுக் கீழே கிடந்தாள். அம்மா வாயில் வந்தபடி விபரீதம் கலந்த கற்பனையுடன் இரைந்து கத்திக் கொண்டிருந்தாள்.

"சனியனே, பீடையே" என்றெல்லாம் வைது அம்மாவைத் தள்ளிவிட்டு, அப்பா சற்றே நகர்ந்த போது மூலையில் இருந்த சாமான்கள் பல அவர் மீது வீசப்பட்டன. வாசற்கதவைத் தாழிடக் கமலி போனபோது, குமார் வந்து சேர்ந்தான். உள்ளே நுழைந்ததும் அவன் கண்ட அலங்கோலம் அவனையும் தாக்கியது. "ஐயோ... ஐயய்யோ... இப்படியே இந்த வீடு இடி விழுந்துடக்கூடாதா... பற்றி எரிஞ்சுடக்கூடாதா..." என்று ஓலமிட்டு அம்மாவிடம் போய் "அம்மா, உனக்கு நல்ல புத்தியும் வரப்போறதில்லை... இந்த வீடும் உருப்படப் போறதில்லை... பாவம் மோகன்..." என்று மோகனுக்கு ஆறுதல் கூறி அவனை எழுந்து நிற்கச் செய்து எங்காவது அழைத்துப்போய் விடும் எண்ணத்தோடு நகர்ந்தான் குமார். அவன் கையில் இருந்த டிபன் பை, சாம்பார் பாத்திரம் இரண்டையும் வைப்பதற்காகச் சமையலறைப் பக்கம் போனான்.

"மோகன்... பேரைப்பாரு பேரை... குடியைக் கெடுக்கவந்த பாவி... இவனுக்கு உபசாரம் என்னடா உபசாரம்" என்று பொட்டலங்களையும் பிய்த்து எறிந்து சாம்பார் பாத்திரத்தையும் உதைத்தாள் அம்மா.

அப்பா பாய்ந்து அம்மாவை இழுத்துச் சமையலறையில் தள்ளிக் கதவை இழுத்துச் சங்கிலியைப் போட்டுப் பிடித்துக் கொண்டார். குமார் பூட்டைக் கொண்டு வந்து கொடுத்தான். பூட்டிச்சாவியைத் தன் மடியில் வைத்துக் கொண்டார்... உள்ளேயிருந்து கதவை உதைத்தும், உடைத்தும் குலுக்கியும் அழுது கொண்டே புலம்பினாள் அவள்.

ஜெயா அப்போதுதான் சற்றே வாயைத் திறந்து பார்த்தாள். வாயும், உதடுகளும் உலர்ந்து கிடந்தன. மெல்ல உதட்டை

ஈரப்படுத்திக் கொண்டு, "அப்பா... இனிமே ஒரு நிமிஷம் கூட நாம இங்கே இருக்கக்கூடாது... மோகன். கெட் அப்... பி போல்ட்... கிளம்பு... மேலே ஆக வேண்டியதை வெளியிலே போய்ப் பார்த்துப்போம்" என்று சொல்லி அவன் பெட்டியை, தன்னுடையவை எல்லாவற்றையும் அறையிலிருந்து எடுத்து வந்தாள். குமார் படுக்கை, பாய்களைக் காலால் உதைத்து ஓர் ஓரமாய் ஒதுக்கிவிட்டு, அழாக் குறையாய் மோகனிடம் புலம்பிக் கொண்டும், மன்னிப்புக் கேட்டுக் கொண்டும் அவனை அழைத்துப் போய்ப் பல் தேய்க்க, முகம் கழுவ உதவி செய்தான்.

இரண்டு கைகளையும் தலைக்கு முட்டுக் கொடுத்துக் கொண்டு கூனிக்குனிந்து உட்கார்ந்திருந்தார் அப்பா... மாடி அறையில் குடியிருந்தவர் பிரம்மச்சாரி மாதிரி. மனைவி மக்கள் இருக்கின்றார்கள் என்று சொல்லிக் கொள்கிறார். அவர் உத்தியோகம் போன்ற விவரங்கள் சங்கருக்கோ, மற்றவர்களுக்கோ தெரியாது, அவர் காலையில் வந்து குளித்துவிட்டுக் குடிக்கத் தண்ணீர் எடுத்துக் கொண்டு மாடிக்குப் போவார், பிறகு அவர் மறுநாள் காலையில் தான் வீட்டிற்குள் வருவார்... ஆனால் அவருக்குக் கீழ் வீட்டுக் குடும்பத்துச் சமாச்சாரமெல்லாம் காதில் பட்டும் கண்ணில் பட்டும் அநேகமாகத் தெரியும். இவ்வளவுக்கும் அவர் இரவு படுக்கவும் காலையில் குளிக்கவும் வருவது தவிரப் பெரும்பாலும் மாடியறையில் தங்குவதே இல்லை. இன்று அவர் இன்னும் இறங்கி வரவில்லை... குளிக்கவும் மற்றதற்கும். குமார் மெல்லப் படியேறிப்போய் அறையில் எட்டிப்பார்த்தான். அவர் இருந்தார். குமார் அவசரமாய் இறங்கி வந்து அப்பாவிடம் சொன்னான், இதற்குள் மாடியறை மனிதர் அறையைப் பூட்டிக் கொண்டு வெளியேறிவிட்டார். வேறெங்காவது போய்க் குளித்துக் கொள்ளலாம் என்று நழுவிவிட்டார்.

சங்கருக்கு அவர் சென்றதும் நல்லதுதான் என்று பட்டதோ என்னவோ. "சரி, போ... அதுவும் சரிதான்... இன்னிக்கு அவர் வெளியே போகும்போது, அந்த ரூம் சாவியை வாங்கி வைத்துக் கொள்ளலாம்" என்ற யோசனை வந்தது. அந்த ரூம் சாவியை வாங்கித்தான் என்ன ஆகப் போகிறது. இன்னிக்கு அவர் அந்த 'சீனை'ப் பார்க்காமல் வெளியேறியதும் நல்லது தான்" என்று நினைத்தார்.

ஜெயா, மோகன் இருவரும் தங்களது பை, பெட்டிகளுடன் புறப்படத் தயாராய் நின்றனர். "என்ன சொல்லி அவர்களை நிறுத்துவது, எந்த முகத்துடன் அதைச் செய்வது... நேற்றுக் காலைதான் வந்தாள். ஜெயா... இன்று காலை புறப்படுகிறாள். எங்கே புறப்படுகிறீர்கள் என்று எப்படிக் கேட்பது... குழந்தை

முகம் பேயறைந்தது போல் இருக்கிறதே... அவள் அதிகமாய்ப் பேசாமல் மிரண்டு மிரண்டு பார்க்கும் கண்களால் என்னை என்னவெல்லாமோ கேட்டுத் துளைப்பது போல் இருக்கிறதே... ஈசுவரா... அம்பிகே... நான் என்ன பண்ணுவேன்... ஒன்றுமே புரியவில்லையே" என்று சங்கர் தவித்தார்.

குமார் குரல் இல்லாமல் அழுதுகொண்டே இருந்தான். "மிஸ்டர் மோகன். ப்ளீஸ்... நான் சொல்றதை கொஞ்சம்..." என்று நாக்குக் குளறச் சொல்லிக் கொண்டு எழுந்து நின்றார் சங்கர். மடியிலிருந்து சாவி கீழே விழுந்ததை அவர் கவனிக்கவில்லை. மெல்லப் பூனைபோல வந்த கமலி சாவியை எடுத்துப் போய்ச் சமையலறையை அடைத்துப் போட்டிருந்த பூட்டைத் திறந்து விட்டாள்.

திடீரென்று இரண்டு கதவுகளையும் இழுத்து மோதிக் கொண்டு தலைவிரி கோலமாய், பயங்கரமாய்க் கத்திக்கொண்டு வெளியே வந்த அந்தப் பெரும் பெண் (அம்மா) அப்படியே அலாக்காக ஜெயாவைத் தூக்கிக்கொண்டு போய் முன்புறக் கூடத்து அறையில் கிடத்தினாள்.

ஜெயா சுதாரித்து உணர்வதற்குள் அறைக்கு வெளியே வந்து இரண்டு கதவுகளையும் சேர்த்துச் சங்கிலியை மேலே மாட்டிப் பிடித்துக் கொண்டாள், இங்கிதமறிந்த கன்னிப்பெண் (அக்கா) பூட்டைக் கொண்டு வந்து—சமையலறைக்கு அப்பா பூட்டிய அதே பூட்டைக் கொண்டு வந்து கொடுத்தாள். பூட்டிசாவியைத் தன் இடுப்பில் செருகிக்கொண்டாள் அம்மா, ஒரு வகையில் இதுவும் தேவை, ஓரளவுக்குப் பிரச்சினையைத் தீர்க்கும் என்று நினைத்த சங்கர், மோகனுக்கு ஏதோ விளக்கம் சொல்ல முயன்று கொண்டிருந்தார். அம்மா போய் அதே அலங்கோலத்துடன் மோகன் எதிரே நின்றாள், "ஏய், போ... போய்விடு அந்தண்டை... இல்லே..." என்று சங்கர் அதட்டினார் மனைவியை.

"நான் ஏன் போகணும். நான் வெக்கம், மானம், சூடு, சொரனை எல்லாம் உள்ளவ.., அதெல்லாம் இல்லாதவாதான் எங்கயாவது போகணும்... இதப்பாரு பையா... இது மெட்ராஸ்... டில்லியில்லே... ஒங்க ரெண்டு பேர் கொட்டமும் டில்லியிலே அடிச்சதோட இருக்கட்டும். இங்கேயும் நாற வேண்டாம்...

நான் சொல்றதைக் கேளு... ஒண்ணும் பேசாம ஊருக்கு ஓடு... மானமா, மரியாதையா ஜெயாவைப் பத்தி இனிமே மனசாலகூட நினைக்கப்படாது... இல்லே... உன்னை என்ன பண்ணுவேன்னு தெரியாது. நீ மூணாம் மனுஷன்—வீட்டுப் பிள்ளைன்னுகூடப் பார்க்க மாட்டேன்... கையை, காலை..."

என்று பயமுறுத்திய பேயை ஏறிட்டும் பார்க்காமல் நாக்கையும் பல்லையும் கடித்துக் கொண்டு கண்கள் இரண்டும் குளமாக மோகன் பையைத் தூக்கிக் கொண்டு நின்றான்; ஜெயா இருந்த அறைக்கு முன்புறம் பார்க்கும் வகையில் ஜன்னலும் இல்லை. கதவிடுக்கு வழியே "மோகன், மோகன்" என்று 'கிறீச்'சென்று கத்தினாள் ஜெயா. பிறகு குரலே கேட்கவில்லை.

சங்கருக்கு இந்தச் சூழ்நிலையை மேலும் பொறுத்துக் கொள்ள முடியவில்லை... "அடிப்பாவி, சண்டாளி, அவ உள்ளே ஏதாவது செஞ்சுக்கப் போறாடி... கதவைத் திறடீ... சாவியைக் கொடு..." என்று மனைவியின் இடுப்பிலிருந்து சாவிக் கொத்தைப் பிடுங்க முயன்றார். அவரைப் பிடித்துத் தள்ளிவிட்டாள் அவள். அவர் கத்த... அவளும் கத்த... மிகவும் அவலம் பொங்கிற்றுச் சூழ்நிலை...

"சுசீலா சொல்வதுண்டு... ஜெயா அம்மா ஒரு மாதிரியான பைத்தியக்காரி என்று... அது அப்படியே இருக்கிறதே" என்று தழுதழுத்து விட்டு, இன்னும் கொஞ்ச நேரம் இங்கிருந்தா எனக்கும் பைத்தியம் பிடிச்சுடும்போல இருக்கு. நான் வர்றேன்" என்று சொல்லிவிட்டு மோகன் வாசலுக்குப் போனான்.

மாடியறைக்காரர் ஒரு வயதான அம்மாளுடன் 'ஆட்டோ'வில் வந்து இறங்கினார். அந்த அம்மாள் சங்கருக்கும் அவர் மனைவிக்கும் ஏதோ தூரத்து உறவுக்காரி. மஞ்சளும் குங்குமமும் பளிச்சிடும் கட்டுக் கழுத்தி. அவள் உள்ளே போய் அம்மாக்காரியைக் கட்டிப் பிடித்து இழுத்துக் கொண்டு போய் உட்கார வைத்துத் தலையை முடிந்து தன் புடவைத் தலைப்பால் முகத்தைத் துடைத்து. "என்னடி நீ... ஒரு பொம்மனாட்டியா லட்சணமா... நன்னாயிருக்கு போ... சங்கரா... நீயும் இப்படி நீக்குப் போக்கு தெரியாம..." என்று இருவரையும் சமாதானப்படுத்திக் கொண்டிருந்தாள்.

"அம்மாமி, இன்னும் நாங்க உசிரை வெச்சிண்டிருக்கணுமா அவளோட இடுப்பிலே இருக்கும் சாவிக் கொத்தைப் பிடுங்கி ரூம்ல ஜெயா இருக்கா... திறந்து பாருங்கோ... என்ன ஆனாளோ" என்று அழுதார்.

புறப்பட்டுவிட்ட மோகனை மாடிக்காரர் தடுத்து நிறுத்த முடியவில்லை; ஆனால், அவன் கையைப் பிடித்துக்கொண்டு... "மிஸ்டர், நீங்க இப்போ இங்கிருந்து போக இயலாது; அது உசிதமும் இல்லை; ஆனா இந்த நிலையிலே நீங்க தனியே ஊருக்குப் போவதும் நல்லதில்லே... என் ரூம் ஜன்னல் வழியே இங்கு நேற்றும் காலையிலேயும் நடந்தது எல்லாம் தெரிஞ்சுது;

மிகவும் தெளிவா பிரச்னையும் புரியுது. நீங்க போய் 'லஸ்ஸில' மாருதி லாட்ஜிலே ரூம் எடுத்துத் தங்குங்க. நான் மாலையில வந்து உங்களைச் சந்திக்கிறேன். முடிஞ்சா ஜெயாவையும் அழைச்சுண்டு வர்றேன், பிறகு முடிவு செய்யலாம்" என்று சொல்லிக் குமாரைக் கூப்பிட்டு அவருடன் அனுப்பினார்.

இதற்குள் அறைக் கதவைத் திறந்த சங்கர், உள்ளே ஜெயா பேச்சு மூச்சில்லாமல் அலங்கோலமாய்க் கிடப்பதைப் பார்த்தார்; அவளைத் தூக்கிச் சாய்த்து உட்கார வைத்தார்; தடவிக் கொடுத்தார். முகத்தில் தண்ணீர் தெளித்து விசிறினார்; சோர்ந்து கிடந்த கண்களை மெல்லத் திறந்தார். மேல் துண்டால் முகத்தைத் துடைத்தார். ஜெயா கண் விழித்துப் பார்த்தாள். மோகனுடன் சென்ற குமார் திரும்பி வந்துவிட்டான். தான் தனியாகவே போவதாய்ச் சொல்லி மோகன் அவனைத் திரும்பிப் பார்க்காமலேயே சென்று விட்டான்.

உறவுக்கார அம்மாள் ஜெயாவைத் தன் மடியில் சாய்த்துக் கொண்டு தடவிக் கொடுத்தாள். "சூடா ஏதாவது காபி, டீ கொடுக்க வேணுமே" என்றாள். கமலி காபி கொண்டு வந்து கொடுத்தாள். சிரமப்பட்டு வற்புறுத்தி ஜெயாவுக்குக் கொடுத்தாள் அந்த அம்மாள்; ஜெயா எழுந்து, புடவையைச் சரி செய்து கொண்டு சுவரில் சாய்ந்து கொண்டாள்; ஆனால் அவள் வாய் திறந்து ஒரு வார்த்தைகூடப் பேசவில்லை. அவள் கண்கள் ஒரு மாதிரியாய்ச் சுழன்றன. முகம் மிகவும் வெளுத்து உதடெல்லாம் வெளிறிக் கிடந்தது; மண்டை மிகவும் கொதித்தது.

"சங்கரா... உடனே ஒரு நல்ல டாக்டர்கிட்டே இவளைக் காட்டணும். ராயப்பேட்டை ஆஸ்பத்திரிக்குக் கொண்டு போறது ரொம்ப நல்லது. என் பிள்ளை ராமுவும் அங்கு தான் டாக்டராய் இருக்கிறான்" என்றாள்.

குமார் ஓடிப்போய் டாக்ஸி கொண்டு வந்தான். மாடியறைக்காரரர், சங்கர் இருவரும் புறப்படத் தயாராயினர். ஜெயாவை அந்த அம்மாள் கைத்தாங்கலாக அழைத்து வர நான்கு பேரும் டாக்ஸியில் ஏறிச் சென்றனர்.

வீரப்பெருமாள் தெருவோடு நேரே கிழக்கே வந்து, தெற்கே ராயப்பேட்டை நெடுஞ்சாலையில் திரும்பி வலப்புறத்து ஓரமாகவே நடந்தான் மோகன். நடைபாதையோடு மெல்லச் சென்றான். மாடிக்காரரர் சொன்னவழி 'லஸ்'ஸில் போய் மாருதி லாட்ஜில் ரூம் எடுக்கும் எண்ணம்தான் அவனை அழைத்துச் சென்றது. அந்த நடை பாதை – பாதையாய் இல்லை... குப்பை,

கூளம், தண்ணீர், பழக்கூடை, வாழைத்தார்! குண்டுகுழி, கஷ்டம்... கஷ்டம்...

ஆனால் சிறிது தூரம் போவதற்குள் அந்த எண்ணம் மாறிவிட்டது. சென்னையில் இனிமேல் எதற்காக, யாருக்காகத் தங்கவேண்டும் என்று தோன்றியது. 'லஸ்' மூலையில் மேற்கே திரும்பினான், மாருதி லாட்ஜ் போர்டு' தெரிந்தது. மறுபடியும் யோசனை; நின்று சுற்றுமுற்றும் பார்த்தான். அருகில் இருந்த ஆட்டோக்களைப் பார்த்தான்.

ஓர் ஆட்டோ டிரைவர் வந்து, "என்ன சார் எங்கே போவணும்? வாங்க..." என்று அழைத்தார். நல்ல வாலிபன் அந்த டிரைவர். முகமும், நடை, உடை பாவனைகளும் அவனைப்படித்த வாலிபனாகக் காட்டின, மோகன் போய் வண்டியில் ஏறிக் கொண்டான்.

டிரைவரும் ஏறி வண்டியில் உட்கார்ந்து மீட்டரைப் போட்டுக் கொண்டே, "எங்கே போவணும் சார்?" என்றான். மோகனும் "ஊம்" போகணும்... எங்கே போகணும்... "வேர் டு கோ?" என்று திரும்ப டிரைவரையே கேட்டான். அவ்வளவு குழப்பம் அவனுக்கு.

டிரைவருக்கு மோகனது மனநிலை புரிந்தது; மிகுந்த அனுதாபத்துடன், "ஸார், என்னங்க. எப்படியோ இருக்குது உங்க முகமும் கண்ணும்... ஏன்? எங்கிருந்து வர்றீங்க..? அங்கேயே போயிடலாமா? வருத்தப்படாதீங்க பிரதர்" என்றான். அப்போது மோகன், கண்களில் நீர்மல்க "அம்மா, அப்பா, நான்..." என்று கன்னடத்தில் ஏதோ முணுமுணுத்தான். எந்தப் பெரிய துக்கத்திலும் தாய்மொழியில் புலம்பினால்தான் மனம் தேறுமோ!

உடனே அந்த டிரைவர் இனிய பேச்சுக் கன்னடத்தில் அவனுக்கு ஆறுதல் கூறி, "இந்த வயதில் எதற்கும் கவலைப் படக்கூடாது. கிட்டத்தட்ட எனக்கும் உங்க வயசுதான். குடும்பத்திலே ரொம்பக் கஷ்டம்... நான் பெங்களூர்... படிப்பைப் பாதியிலே நிறுத்திட்டு இப்போ இந்தத் தொழில்லே இருக்கேன்... நியாயமா நிறையச் சம்பாதிக்கிறேன்... என்னெப் பாருங்க... எதுக்கும் கவலைப்படாதீங்க" என்று சொல்லிக்கொண்டே இறங்கி வந்து மோகன் தோளைத் தொட்டு ஆறுதல் சொன்னான். அந்தக் கன்னடப்பேச்சு மோகனுக்கு உயிரளித்தது ஊக்கமளித்தது. சென்னையில் தான் தனியே வருந்திச் சாக வேண்டியதில்லை என்றெல்லாம் அவனைத் தளிர்க்கச் செய்தது.

விவரம் முழுதும் அவனிடம் கூறாவிட்டாலும், அவனது நட்பு கிடைத்ததைப் பாராட்டி, நன்றி சொல்லித் தனக்கு ஓர் அதிர்ச்சி நேர்ந்து விட்டதைச் சொல்லி, டிரைவரிடம் மறுபடியும் வந்து அவனைப் பார்ப்பதாகவும் சொல்லி, வீட்டு விலாசமும் தெரிந்து கொண்டான். தான் இப்போது பாண்டிச்சேரிக்குப் போகவேண்டும் என்று கூறினான். ரயில் எப்போது? பஸ் இருக்கிறதா? அங்கு போய்ச்சேர எத்தனை மணி நேரமாகும்? என்றெல்லாம் கேட்டுத் தெரிந்து கொண்டான். "குறைந்தது நாலு மணி நேரம் ஆகும். அடிக்கடி பஸ்கள் இருக்கு பிரதர். வாங்க, எதிரில் உடுப்பி சுக நிவாஸில் டிபன் சாப்பிட்டு பஸ் ஸ்டாண்டுக்குப் போவோம், உங்களை நானே பஸ்ஸில ஏத்தி விடறேன்" என்றான் டிரைவர். அதேபோல இருவருமே சென்று சாப்பிட்டனர். பஸ் ஏறி பாண்டிச்சேரி நோக்கிப் புறப்பட்டான் மோகன்.

மோகன் பாண்டிச்சேரியில் வந்து இறங்கிய போது பகல் மணி மூன்று. பஸ் ஸ்டாண்டில் ரிக்ஷா தென்பட்டது. ஒருவன் பஸ்ஸில் ஏறி மோகனுடைய பையை எடுத்துக் கொண்டு வண்டிக்கு அழைத்து வந்தான். "மிஷன் வீதி போகணும்" என்றான் மோகன் "மாதா கோவில் வீதியா அதுலே எங்கே? நம்பரு என்னா சாரு" என்றான் ரிக்ஷாக்காரன்.

"அதெல்லாம் தெரியாது... டாக்டர் அகர்வால்..." "அடேடே, அப்படிச்சொல்லு சாரே அது அங்கேதான் அஜந்தா தியேட்டர் பக்கம் வா, ஏறு போவோம்... நாலு ரூவா கொடு"

மோகன் இருபுறமும் பார்த்துக்கொண்டே வந்தான். அண்ணாசாலை வழியேவந்து, அஜந்தாவில் திரும்பி சற்று தூரம் வந்து, "இதுதான் இறங்கு சார்" என்று குரல் கொடுத்தான் ரிக்ஷாக்காரன். வழியில் அகர்வாலிடம் என்ன பேசுவது? எதைச் சொல்வது என்றெல்லாம் நிறைய யோசித்தான். அதற்குள் இடமே வந்து விட்டதே; மிகவும் விரைவாகவே வந்துவிட்டோம். நாலுரூபாய்க்குச் சவாரி நேரமும் இல்லை, தூரமும் இல்லை. பேசாமல் அவன் கேட்டதைக் கொடுத்துவிட்டு இறங்கினான்.

டாக்டரின் போர்டு விவரம் கூறியது, பெரியவீடு, சுற்றுச்சுவர், தோட்டம் 'ஒன்றுமில்லை. வீட்டின் வாசல் ரோடுமேலேயே இருந்தது. உள்ளே போய் விசாரித்தான். அடுத்த நிமிஷம் அகர்வாலே வந்துவிட்டார். ஓடிவந்து மோகனைத் தழுவிக் கொண்டார் "வா, மோகன், வா. ஜெயா வரலையா? எங்கேயிருந்துவருகிறாய்? லெட்டர் போட்டிருந்தா நேரில் நானே வந்து அழைச்சிட்டு வந்திருப்பேனே" என்றெல்லாம் அன்பான

வார்த்தைகளைப் பொழிந்துகொண்டே உள்ளே அழைத்துப் போனார். "எங்கேயிருந்து வர்றே... எப்போ புறப்பட்டாய்? இப்போ என்ன சாப்பிடறே?" என்று கேட்டார்.

"பத்து மணிக்குச்சாப்பிட்டேன், இன்னும் சிறிது நேரம் கழித்து டிபன் சாப்பிடறேன், அட்ரஸ் சரியாத் தெரியாது. ஜெயாதான் மிஷன் வீதி என்று ஞாபகத்திலிருந்து சென்னாள், மெட்ராஸிலே இருந்து வர்றேன். இங்கே பஸ்ஸிலே வந்து இறங்கியதும் ரிக்ஷாவாலா நேரே இங்கே கொண்டுவந்து விட்டான், ரொம்ப சந்தோஷம் உங்கள் பாபுலார்டி தெரியுது இதனால்' என்றான் மோகன்.

அப்படியானா, ஜெயா ஏன் உன்னோடு வரல்லை? தம்பதிகளை உபசரிக்கற பாக்யம் ஏன் கிடைக்கலை?" என்றார் அகர்வால்.

மோகன் முகம் சற்றே வாட்டம் கண்டது. ஒருவாறு சமாளித்துக் கொண்டு, "அகர்வால் எங்களுக்கு இன்னும் கல்யாணமே ஆகலை. நான் ரொம்பவும் துர்பாக்கியசாலி... உங்களோட அது குறித்துப் பேசணும்னுதான் திடீர்னு இங்கே வந்தேன். அதுதான் இதில் நல்ல காலம்" என்றான்.

"ஓ... என்ன சொல்றே மோகன்? ஜெயாவுக்கு என்ன நேர்ந்தது? எங்கே இருக்காங்க? உன்பேச்சு ரொம்ப அதிர்ச்சியாயிருக்கு. விவரமாச்சொல்லு, மோகன்" என்று பரபரப்படைந்தார் அகர்வால்.

"அப்படியெல்லாம் ஒண்ணுமில்லே. அவ நலமாவே இருப்பான்னு நம்பறேன். அப்படி இருக்கணும்னு கடவுளைப் பிரார்த்திக்கிறேன். பெரிய பிரச்னை குறுகிட்டுது, அகர்வால் உமக்கு இப்போ ஓய்வா இருக்கா... ஏதாவது வெளியே செல்லும் காரியம் இருக்கா... ரொம்பச் சொல்லணும்."

"ஓ... இதைவிடப் பெரிய காரியம் என்ன இருக்கு... வா... கைகால் கழுவிக்கொள். வெயிலாய் இருந்திருக்குமே... குளிக்கிறயா..."

"ஆமாம்... முதலில் குளிக்கணும்."

"வா" என்று அழைத்துக் கொண்டே "ராம்ஜீ" என்றார் அகர்வால். அவன் வந்ததும் அவனிடம் ஹிந்தியில் "இவரை அழைச்சுட்டுப் போய் ஸ்நானம் செய்ய வேண்டியவை செய்" என்றார்.

மோகன் குளித்துவிட்டு வந்தான், வேஷ்டியை எடுத்துக் கட்டிக் கொண்டான், டிபன் காபியெல்லாம் வந்திருந்தது தயாராக, அகர்வாலும் சேர்ந்து உட்கார்ந்து சாப்பிட்டார் அவனுடன். "மோகன், உனக்கு ஹிந்தியில் ஏன் சரளமாப் பேச முடியல்லே? டெல்லியில் இத்தனை நாள் இருந்திருக்கே?"

அப்படி நான் அதிகமா வெளியில் பழகல்லே காலேஜ் உண்டு, நான் உண்டுன்னு இருந்துட்டேன் பிறகு ஜெயாவுடன் இருந்தப்போ அவளோடவும், அவளது பெரியப்பாவோடும் இங்கிலீஷிலேயே பேசிப் பழக்கமாயிட்டுது. தமிழும் நல்லாத் தெரியாது. இதுவே எனக்கொரு பெரிய 'ஹேண்டிகாப்' தான், என்ன செய்ய!" என்றான் மோகன்.

"மன்னிச்சுக்கோ, மோகன், சும்மா பேச்சுக்குத்தான் சொன்னேன். என்னதான் இங்கிலீஷில் பேசினாலும் நாம் நினைப்பது அத்தனையும் மாறாமல், கூட்டாம, குறைக்காம சொல்ல முடியறதில்லே நம்மால். அது நமக்குச் சொந்த பாஷை இல்லை அல்லவா?"

"அப்படிப் பார்த்தா, ஹிந்தி மாத்திரம் நாம எல்லோருக்கும் சொந்த பாஷை இல்லையே... எனக்குக் கன்னடம், உமக்குப் பஞ்சாபி, ஜெயாவுக்குத் தமிழ்."

"அதுசரி, இங்கே இரு. அஞ்சு நிமிஷம். இதோ முன்புறம் மாடியிலே இருக்கிற 'கிளினிக்'கிற்குப் போய்ட்டு வந்துடறேன்" என்று அவர் விரைந்தார். ஜிப்பாவும், பைஜாமாவும் அணிந்திருந்தார் அகர்வால். தான் அதிகமாகத் துணிமணி கொண்டு வரவில்லை, எப்போதும் பேண்ட் அணிய முடியாது. கடைக்குப் போய் பைஜாமா, ஜிப்பா வாங்கிக் கொள்ள வேண்டும் என்று நினைத்துக் கொண்டான், செருப்பும் வாங்கிக் கொள்ள வேண்டும் என்று நினைவுக்கு வந்தது.

ஸோபாவில் சாய்ந்தான் மோகன், அசதியால் சற்றே கண்களையும் மூடிக்கொண்டான். 'இவன் வீட்டை விட்டுக் கிளம்பியபோது அறைக்கு உள்ளிருந்து ஜெயா 'கிறீச்' சென்று அலறியது நினைவு வந்தது; அவள் என்ன ஆனாளோ? அவளுடைய அம்மா... நிஜமாகவே அவள் ஒரு தாய்தானா? பேய் மாதிரியல்லவா ஆடினாள்; அடித்தாள்; அடித்துக் கொண்டாள். ஜெயாவுக்கும் இந்த குணம் தாய் வழியே வந்து ஒட்டிக் கொண்டுவிடுமோ... சேச்சே... அது அப்படி ஒன்றும் கட்டாயம் கிடையாதல்லவா? ஜெயா அப்புறம் என்ன ஆனாள்! நான் பெங்களூருக்குப் போனதாய் நினைத்துக் கொண்டு அங்கே போயிருப்பாளோ... அல்லது டெல்லிக்கே

கிளம்பியிருப்பாளோ... ஜெயாவின் அப்பா என்ன செய்வார்? ஜெயா தன் தாயாரைப் பற்றி இதையெல்லாம் என்னிடம் சொன்னதே இல்லையே... பெரியப்பாவும் சேர்ந்துதானே எங்கள் இருவரையும் மெட்ராசுக்கு அனுப்பினார். இப்போது என்ன செய்யலாம்... நானும் பெங்களூருக்குப் போகவில்லை' என்றெல்லாம் யோசித்துக் கொண்டிருந்தான் மோகன்.

"என்ன மோகன், தூக்கமா!" என்று கேட்டார் அகர்வால்.

"இல்லே, 'அப்பா'வுக்கு 'போன்' பண்ணனும் இங்கிருந்தே செய்ய முடியுமா?"

"ஓ, செய்யலாமே... வா" என்று ஆபீஸ் ரூமுக்கு அழைத்துச் சென்றார்... மோகன் 'டிரங்கால்' கேட்டான் சற்று நேரமாகும் என்று தெரிந்து காத்திருந்தனர். பேசிக் கொண்டிருந்தனர், 'கால்' கிடைத்தது. தான் இன்னும் இரண்டு மூன்றுநாள் கழித்து வருவதாகவும், மனநிலை சரியாக இல்லாததால் பாண்டிச்சேரியில் இன்ன இடத்தில் தங்கியிருப்பதாகவும், ஒருவேளை ஜெயா அங்கு வந்தால் உடனே தனக்குத் தெரிவிக்க வேண்டும் என்றும் சொன்னான். அப்பாவே போனில் பேசினார்.

"எனக்கு ஒண்ணுமில்லே, நான் ரொம்ப சந்தோஷமாகவே இருக்கேன்... வேண்டாம்... வேண்டாம்... நானே வந்துடுவேன்... கொஞ்சம்கூட கவலைப்பட வேண்டாம். யார் அம்மாவா... நமஸ்காரம். அம்மா... ஐயய்ய... இதென்ன உங்களோட குரல் தழுதழுக்கறது. அதெல்லாம் ஒண்ணுமில்லே... வருத்தப்படாதீங்க... நானே கட்டாயம் ரெண்டு மூணு நாட்கள்லே வந்துடுவேன். நமஸ்காரம் சரி அப்பா... ஒண்ணும் கவலை இல்லே... சரி... சரி..."

"ஆமாம், மோகன்... இத்தனை நேரம் நீ என்ன சொன்னே! எனக்கு ஒண்ணுமே புரியல்லை, ஆனா உங்க கன்னடம் ரொம்ப இனிமையா இருக்கு" என்று சொல்லிச் சிரித்தார் அகர்வால்.

கிட்டத்தட்ட ஒரு மணிநேரம் மோகன் தானும், ஜெயாவும் சென்னைக்கு வந்ததிலிருந்து நடந்ததையெல்லாம் விவரமாய்ச் சொன்னான். நடுநடுவே உணர்ச்சிவசப்பட்டுப் பேசினான்.

"எல்லாம் சரி, மோகன், ஆனால் நீ ஜெயாவை அந்த நிலையில அங்கே விட்டுவிட்டுப் பிரிந்து வந்ததுதான் சரியில்லே... அடுத்து என்ன? நீ ஜெயாவைக் கல்யாணம் செய்து கொள்வது என்பதுதானே இன்னும் உன் முடிவு. அதைச் சொல் முதலில்... என்றார் அகர்வால், அப்படி அவளை அடைய முடியாத நிலை வந்துட்டா, என்னாலே அதைத் தாங்கிக் கொள்ளவே முடியாது."

"அதாவது... தற்கொலை செய்து கொண்டு விடுவாய்... அப்படித்தானே..."

"அதெல்லாம் இல்லே. என்னோட மனசு ரொம்பவும் நொந்துப் போயிடும்... அப்புறம் என் வாழ்வில் என்ன இன்பம் இருக்க முடியும்?"

"சரி... வா... போயி சாப்பிட்டுட்டு வருவோம்... மெட்ராஸ் சமாச்சாரம் எப்படித் தெரிஞ்சுக்கறது மோகன்?"

"நாளை ஜெயாவின் அப்பாவுக்கு 'போன்' செய்து பார்க்கலாம் என்று நினைக்கறேன்."

"அவர் வீட்டில் போன் இருக்கா?"

"இல்லே... அவர் வேலை பார்க்கிற கடைக்குச் செய்யணும். மௌண்ட்ரோடில் 'ரெப்டைல்ஸ்'ங்கற கடை. இல்லாட்டா ஜெயாவோட தம்பியைத் தந்தி கொடுத்து இங்கு வரச் சொல்லலாம். விபரீதமாய் ஏதும் ஆகியிருக்காதுன்னு எனக்கு நம்பிக்கையிருக்கு..."

"அப்போ சரி... வா... புறப்படுவோம் வெளியிலே"

"கடைத்தெரு ரொம்ப தூரமோ அகர்வால்?"

"ஏன்... என்ன வேணும்?"

"பைஜாமா... ஜிப்பா... வாங்கணும்."

"கடைத்தெரு பக்கத்தில்தான் இன்னும் நேரம் இருக்கு நிறைய. ஆசிரமத்து டைனிங் ரூமுக்குப் போய் ஆகாரம் செய்துவிட்டுக் கடைக்குப் போய் வருவோம்."

"ஏன்... இங்கே வீட்டிலே..."

"மோகன்... இங்கே ஒண்ணும் கிடையாது. நான் குடிக்கிற தண்ணீர்கூட ஆசிரமத்திலிருந்துதான் வருகிறது. என் கதையும் உனக்குத் தெரியத்தான் வேணும். நானும் கல்யாணம் செய்து கொள்ளவில்லை... என்னை நேசித்து என்னை இங்கே கொண்டு வந்து சேர்த்த ஒரு பெண்ணின் விருப்பம் அப்படி, திருமணம் என்னும் விலங்கு போட்டுக்காமலே சேர்ந்து வாழ்ந்தோம், ரொம்பவும் சந்தோஷமாய் அமைந்தது வாழ்க்கை. இந்த 'கிளினிக்'கை நாங்க இரண்டு பேரும் சேர்ந்து தொடங்கி வளர்த்தோம். அவ ஒரு கார் விபத்திலே... டெல்லியிலே இறந்து போய்ட்டா" என்று சொல்லி மேலே தொடர முடியாமல் சில நொடிகள் நிறுத்தினார் அகர்வால்.

சுகவாசிகள்

சற்று நேரம் கழித்து, ஹீம்... ரெண்டு வருஷம் முடியப்போகுது அடுத்தமாசம்... அவ ஒரு பிரெஞ்சுப் பெண். பல ஆயிரம் இந்த 'கிளினிக்'கிற்கு முதல் போட்டாள்... எங்கிட்டே அப்போ பணம் இல்லேங்கறது உனக்கும் தான் தெரியுமே... இப்போ நிறைய வருமானம் வருது. என்னைத் தவிர இன்னும் நாலு டாக்டர்கள் வேலை செய்கிறார்கள். வைத்திய வசதிகள்... கருவிகளெல்லாம் அவதான் அமெரிக்காவிலேருந்து தருவித்தாள். அவளோட அப்பா ஆசிரமத்துக்கு ரொம்ப வேண்டியவர் லாபத்தை மட்டுமே நோக்கமாகக் கொள்ளாமல் தொண்டு செய்யறதையே முக்கியமான நோக்கமாகக் கொண்டு கிளினிக்கை நடத்திக்கொண்டு வருகிறேன். எங்களுக்கெல்லாம் அரவிந்தர் ஆசிரமத்து 'மதர்' தான் தெய்வம். நான் என்னோட சிநேகிதியாயிருந்த அவளையும் ஒரு 'மதர்' போலவே நினைத்து வழிபடுகிறேன்" என்று அகர்வால் துளிக்கூட குரல் மங்காமல் தழுதழுக்காமல் சொல்லிக்கொண்டு வந்தார்.

"அந்தப் பெண் இறந்து போனது உங்களுக்கும் துயரம் தரவில்லையா, அகர்வால்?"

"துன்பம் இல்லாமல் இல்லை, ஆனால் அதுக்காக நான் மாய்ந்து மடிந்து போகவில்லை."

"அவளோடு வாழ்ந்த காலத்தின் இன்ப நினைவுகள் உங்களைப் பாதிக்கலையா?"

"மோகன், உனக்கு நான் இந்த சந்தர்ப்பத்தில் உபதேசம் செய்து உன்னைக்கலக்குவது நியாயமில்லே. ஆனாலும் ஒண்ணு சொல்றேன். இன்பம் என்று சொல்லுவது நமக்கு நாமே ஏற்படுத்திக்கொள்ளும் ஒரு மனநிலைதான். இந்த நாட்களில் நான் மனப்பூர்வமாக முழு ஈடுபாட்டோடு செய்கிற வைத்தியத் தொண்டு எனக்கு மட்டில்லாத இன்பம் தருகிறது. நான் சொல்வது உனக்கு உடனே புரியும் விஷயம் இல்லை ஆனால்..."

"ஆனால் உமது வயது... சூழ்நிலை... வருங்காலம் பற்றி என்ன திட்டம் அகர்வால்..?"

"அது போகப்போக, காலமும் வாழ்க்கை முறையும் ஏற்படுத்துற சந்தர்ப்பங்களுக்கேற்பத் தானாவே அமையும். நான் துறவி ஆகிவிடவில்லை; அப்படி ஆகும் எண்ணமும் கிடையாது. அது அவசியமும் இல்லே... போகம்... இன்பம் அனுபவிப்பது எந்த விதத்திலும் யோகத்திற்கு முரண்பாடு ஆவதில்லை; ஆனால் அந்த போகம் விலங்காக மாறி நம்மைக் கட்டிப் போட்டுவிடக் கூடாது. இப்போ நாம சாப்பிடப்போகும் ஆசிரமத்தில் நடக்கிற

தியானப் பயிற்சிக்குப் பிறகு அங்கே வருகிறவர்களை வந்து பாரு, இந்தியர், ஐரோப்பியர், அமெரிக்கர்னு எல்லா வயதிலும் உள்ளவர்கள் எல்லாம் வருவார்கள். அவர்களுடைய உடையும், சிரிப்பும் பேச்சும் எப்படி இருக்கிறதென்று பார்த்துக் கொள். பிறகு இங்கு வந்து விளக்கிச் சொல்றேன். இன்பம் இங்கே சிந்தி வழிந்து ஓடும். இன்பமும் போகமுந்தான் வாழ்க்கை என்று நினைக்கிற பேதைமை அகன்று போய்விட்டால் யோகம் விளங்கும்; மனுஷ உண்மை என்னும் சாசுவதமான தத்துவம் வாழ்வைக் கடந்து அப்பாலே அப்பாலே போகிறது தான் என்று நீ விரும்பினால் இன்னைக்கே, இப்பவே புரிந்துக் கொள்ளலாம். இல்லை என்றால் இன்னும் சில காலம் கழித்தும் தெரிந்து கொள்ளலாம்; அதனாலே வாழ்க்கைக்கு அர்த்தம் ஏற்படுத்திக்கலாம்" என்றார் அகர்வால்.

இருவரும் ஆசிரமத்து டைனிங் ரூமில் புகுந்தனர். இன்னும் கூட்டம் வரவில்லை. சிறிய 'க்யூ' நின்றது; இருவரும் 'க்யூ'வில் நின்றனர். தட்டுக்களை எடுத்துக் கொண்டனர்; விஞ்ஞான முறை, தத்துவ முறைகளுக்கேற்ப காரமும், புளிப்பும், மசாலாக்களும் கலக்காத – சாத்வீக உணவை – உள்ளத்தில் தூய்மை நிறைக்கும் சத்தான உணவைத் தாமே சென்று வாங்கிக் கொண்டுபோய் உட்கார்ந்து சாப்பிட்டார்கள். மோகனுக்கு அவை சுவை தரவில்லை; ஆனாலும் அவற்றை வீணாக்கவில்லை; அங்கு காணப்பட்ட இதமான சூழ்நிலையும் துப்பரவும் அவனது மனத்தில் பதிந்துவிட்டன. வெளியே வந்து சற்று நின்றனர். உடனே ஆசிரமத்திலிருந்து வருகிறவர்கள் வந்து கூடினர். மோகன் வியப்புடனும் கிளுகிளுப்புடனும் பரவசத்துடனும் பார்த்துக் கொண்டிருந்தான். சிறிது நேரத்திற்குப் பின் கடைத்தெருவுக்குப் போய்த் துணிகளும், செருப்புகளும் வாங்கிக் கொண்டு வந்தனர். அகர்வாலுக்கு அப்போதுதான் மோகன் வெறுங்காலுடன் வந்தது தெரிந்தது. ஜெயாவின் வீட்டிலிருந்து புறப்பட்ட அவசரத்தில் செருப்பணிய மறந்துவிட்டான். இரவு வெகு நேரம் வரை பேசிக் கொண்டிருந்தார்கள்.

"சரி, மோகன். ஜெயா இந்த இக்கட்டிலிருந்து தப்பி வந்து உனக்கே உரியவளாய் ஆகட்டும். ஆகவும் வேணும் என்பதுதான் என் ஆசை, என் தெய்வமான 'மதரை' வேண்டிக்கறேன். அப்படி ஆகாவிட்டால் நீ அதுக்காக மனமுடைந்துவிடக் கூடாது. நீ எங்கிட்டே வந்தவரை நான் உனக்கு இதமானதைச் சொல்ல வேண்டும். நீ ஒரு பெரிய வியாபாரியுடைய மகன், நீ மனிதகுலத்துக்கு நிறையத் தொண்டு செய்யும் வாய்ப்பிருக்கு, இந்த விஷயம், சின்ன விஷயம். இதுக்கெல்லாம் ரொம்ப..."

"எது... இது சின்ன விஷயமா மிஸ்டர் அகர்வால்... இது வாழ்வு அல்லது வேறானது பற்றிய விஷயம் அல்லவா? நாங்க ரெண்டு பேரும் ஒருத்தரையொருத்தர் விரும்பி அன்பு காட்டிக் கனவுகள் கண்டு..."

"கரெக்ட் மிஸ்டர் மோகன்... கனவுக்கு, அர்த்தமோ பயனோ நீடித்த உண்மைத் தன்மையோ கிடையாதுங்கறதுதானே நிஜம்... தவிர, இந்த 'லவ்' சங்கதி, லைலா மஜ்னுவும், சாரீம் பர்ஹாதும், அம்பிகாபதி அமராவதியும் இலக்கியத்திலே படிக்கவும், சினிமா, நாடகத்துலே பார்க்கவுந்தான் லாயக்கு. வாழ்வின் பிரத்தியட்ச சத்தியம் வேறே... நான் இன்னொன்னு சொல்றேன். தயவு செய்து என்னைத் தப்பாக எண்ணிடாதே... "நீ இன்பமாய் வாழவே நான் சொல்வதாய்க் கேட்டுக் கொள். ஜெயா நிச்சயமாக உனக்குத்தான் வாழ்க்கைப்படுவாள். அந்தப் பெரியப்பாவும், சுசீலாவும் அதுக்கு அவசியமான எதையும் செய்வார்கள். ஆனால் நம்முடைய காதலெல்லாம் வெறும் காம உணர்ச்சிதான். 'பிளடானிக் லவ்' என்பதெல்லாம் என்றைக்கும் 'ஐடியலா'ப் பேசத்தான், வாஸ்தவத்திலே அதெல்லாம் கிடையாது. அதனாலேதான் இதெல்லாம் சின்ன விஷயம்னு சொன்னேன். சரி... நிம்மதியாத் தூங்கு. இதோ இங்கே 'மதர்' போட்டோ இருக்கு. நினைத்துக் கொண்டே தூங்கப்போ... எல்லாம் நன்மையாவே முடியும்... என்று சொல்லிவிட்டு 'ராம்ஜி' என்று கூப்பிட்டார், பையன் வந்தான். "இவருக்குப் படுக்கையெல்லாம் கொடுத்துத் தூங்க வசதி செய்" என்று அனுப்பிவிட்டு அகர்வால் கிளினிக்கிற்குப் போனார்.

மறுநாள் காலை ஆறு மணிக்கு இருவரும் குளித்துவிட்டு, ஆசிரமத்திற்குப் போனார்கள். சமாதியில் மலர் வைத்து ஊதுவத்தியும் ஏற்றிவிட்டுச் சமாதியின் ஓரத்துச் சலவைக் கல்லைத் தொட்டபடி மண்டியிட்டு வணங்கித் தியானம் செய்தனர். உள்ளே போனதும் அங்கிருந்த ஆண், பெண்களை மோகன் குதுகுதுப்போடு பார்த்தது உண்மை, ஆனால் அகர்வால் சொன்னபடி அவரைத் தொடர்ந்து வந்தனை வழிபாடு செய்து மண்டியிட்டுக் கண்ணை மூடிக் கொண்டதும், அவனையுமறியாமல் ஓர் அமைதி தோன்றிற்று.

அன்று மோகனும் 'கிளினிக்'கிற்குப் போய்ச் சுற்றி வந்தான். பகல் முழுதும் அகர்வாலைக் காணவோ, பேசவோ முடியவில்லை. அவன் மனத்திலும் பல நினைவுகள் வந்தன. 'மதர்' படத்தைப் பார்த்துக் கொண்டே அவற்றை மறக்க முயன்றான். முழுதும் மறக்க முடியவில்லை.

மத்தியானச் சாப்பாடு ஓட்டலிலிருந்து வந்தது. அவனுக்கு ஆசிரமத்துச் சாப்பாடுமட்டில் வயிறு நிரம்பாதென்று அகர்வால் செய்த ஏற்பாடு இது. மாலைச் சிற்றுண்டியும், காபியும் வந்தது ஆசிரமத்தில் காபி கிடையாது. சாயங்காலமும் சமாதிக்குச் சென்று அகர்வாலுடன் வழிபாடு செய்தான். தான் இங்கே இருக்கும் வரை தனக்கும் காலை, மாலை இரவு உணவு எல்லாமே ஆசிரமத்திலேயே நடக்கட்டும், மனதுக்கு இதமாகவே இருக்கிறது என்றான் மோகன்.

"ரொம்ப சந்தோஷம்" என்றார் அகர்வால்.

o

ஆஸ்பத்திரிக்கு வந்த ஜெயாவை டாக்டர்கள் வந்து பார்த்துப் பரிசோதனை செய்தார்கள். உடனடியாக இஞ்ஜெக்ஷன் செய்தார்கள். "கொஞ்சம் கூடக் கவலைப்பட வேண்டியதில்லை. எந்த விதப்பயமும் வேண்டாம். அதிர்ச்சிதான், தீவிரமான சிந்தனையும், திகிலுந்தான் மூளையைத் தாக்கியிருக்கு. இன்னைக்கு முழுதும் இங்கேயே இருக்கட்டும். தூங்கவெச்சிக் கவனிச்சுக்கறோம். நாளைக்குக் காலையில வீட்டுக்கு அழைச்சுட்டுப் போகலாம். அவள் நல்லாவே இருக்கா, வீட்டுக்கு வந்ததும் மாத்திரை மருந்து கொடுங்க, அதுவும் மூணு நாளைக்குத்தான்" என்றார் பெரிய டாக்டர்.

"அவ காலையிலேருந்து ஒண்ணுமே சாப்பிடலையாமே ராமு" என்றாள், ஜெயா வீட்டுக்கு வந்து அவர்களோடு ஆஸ்பத்திரிக்கு வந்திருந்த டாக்டர் ராமுவின் அம்மா.

"அதைப் பத்திக் கவலையில்லே. நாங்க நல்லா கவனிச்சுக்கறோம்" என்றார் டாக்டர்.

"மத்தியானம் சாப்பாடு ஏதாவது..."

"வேண்டாம்... ராத்திரி ஏதாவது வேணுமானா சொல்லி அனுப்பறேன்."

"இதோ என் பையன் வந்துட்டான். அவன் இங்கயே இருக்கட்டும். அவனிடம் சொல்லியனுப்புங்க" என்றார் சங்கர்.

"அதெல்லாம் நான் பார்த்துக்கறேன். குமார் இங்கே இருக்கணுங்கிறது கூட அவசியம் இல்லை. இருந்தாலும் இருக்கட்டும்."

"எங்க ராமு இருக்கான்; இனிமே கவலையே படவேண்டாம். வாங்கோ போவோம். நான் இப்படியே பஸ்ஸில் மாம்பலம் போறேன்" என்றாள் ராமுவின் தாயார்.

“இல்லே… இல்லே… மயிலாப்பூர் வந்துட்டுதான் நீங்க போகணும்… இது ரொம்ப அவசியம்” என்று கெஞ்சினார் சங்கர்.

“அப்புறம் ‘அவர்’ என்னைத் தேடிண்டே வந்துடுவார்” என்று அந்த அம்மாள் கூற டாக்டர் ராமுவே சிரித்துவிட்டார். “அம்மா, நான் அப்பாவுக்கு ‘போன்’ பண்ணிடறேன். நீ இவர் சொல்ற மாதிரியே மயிலாப்பூர் போயிட்டு வா… பாவம் தவிக்கிறார் மனுஷர்…” மாடி அறைக்காரர். சங்கர், அந்த அம்மாள் மூவரும் பஸ் ஏறி வீட்டுக்கு வந்தனர்.

வீட்டில் அம்மா ஒரு மூலையில் சுருண்டு கிடந்தாள்; கமலி சமையல் செய்து கொண்டிருந்தாள். ஓடிவந்து அப்பா… காலில் விழுந்து கொண்டே, “ஜெயா எப்படி இருக்கா அப்பா… அவளுக்கு ஒண்ணுமில்லையே; சொல்லுங்கோ அப்பா…” என்று விசித்தாள்.

“ஒண்ணும் பயமில்லைன்னு டாக்டர் சொன்னார். அவ அசந்து தூங்கிண்டிருக்கா, ஒரு வார்த்தை கூடப் பேச முடியலே…” என்று தொண்டை அடைக்கச் சொன்னார் சங்கர்.

இதற்குள் பரபரவென்று எழுந்த அம்மாக்காரி தலையை முடிந்து கொண்டு ஓடிவந்து சங்கருக்கு நமஸ்காரம் செய்தாள்.

“சுவாமிக்குப் பண்ணு” காமாட்சி அம்மன் மாதிரி வந்திருக்கா அம்மாமி…” அவளுக்குப் பண்ணு… கெட்ட சொப்பனம் மாதிரி இதெல்லாம் இன்னையோட தொலையட்டும்” என்றார் சங்கர்.

அந்த அம்மாமிக்கு சங்கர் வீட்டு சங்கதியெல்லாம் ஓரளவுக்குத் தெரிந்ததுதான். இப்போது நடந்ததை மாடிக்காரர் விவரமாகவே சொல்லியிருந்தார்.

“சங்கரா, நீ என்னோட தம்பி மாதிரி. உன் ஆம்படையாளுக்கும் நான் உறவுதான், இதப்பாருடீ பொண்ணே… இன்னியோடே இந்த மாதிரி காரியத்தையெல்லாம் விட்டேன், விட்டேன்னு சொல்லு; நீ என்ன சின்னக் குழந்தையா புத்தி சொல்றதுக்கு… ஏன் இப்படியெல்லாம் பண்ணி உன் உடம்பையும் கெடுத்துண்டு, வீட்டையும் குட்டிச் சுவராக்கணும். என்ன வந்துட்டுது இப்போ… நம்ம ஜெயா அந்தப் பையனோட நெருங்கிப் பழகியாச்சு, உன் மச்சினனுக்கும் இதுதான் இஷ்டம்னு தெரிஞ்சு போச்சு, அவன் உன் குடும்பத்துக்கு எத்தனையோ வழிகள்ல நல்லதுதான் செஞ்சிருக்கான். இன்னும்தான் செய்யப்போறான். இது ஆசாரமெல்லாம் எப்படியெப்படியோ மாறிண்டு வர காலம், நீ சாஸ்திரியாத்துப் பொண்ணு, நானுந்தான். ஏழெட்டுத் தலைமுறைக்கு முன்னாலே பார்த்தா நாமெல்லாமே வைதிக

வம்சந்தான், சாஸ்திரிக் கூட்டந்தான், இப்போ எப்படி? என் பேத்தி ஒண்ணு இப்படித்தான் ஆயிடுத்து... சிதம்பரத்திலே நம்ம உறவுக்காரர்தான் ஒருத்தர், பெரிய காலேஜிலே சமஸ்கிருத வாத்தியார். ரொம்ப ரொம்பப் படிச்சவர், ஏழு வயசிலேருந்து இருபத்தெட்டு வயசு வரை சாஸ்திரம் படிச்சவர், அவர் பொண்ணு பெரிய பெரிய படிப்பெல்லாம் படிச்சா அங்கேயே... கடைசியிலே அங்கே இருந்த வாத்தியார் ஒருத்தர் வேறு ஜாதிக்காரரைக் கல்யாணம் பண்ணிண்டு வந்தா, அதுக்காக அவரோ, அவர் ஆத்துக்காரியோ செத்துப் போயிடலே. இந்த மட்டும் ஜெயா அப்பா, அம்மா சம்மதம் வேணும்னு வந்ததே பெரிசு... என்னவோ போ... தலைக்கு வந்தது தம்புராவோட போச்சுன்னு, இனி மேலாவது புத்தியா நடந்துக்கோ... சுருக்கக் கமலிக்கு கல்யாணம் பண்ணிட்டு ஜெயாவையும் அவ இஷ்டத்துக்கு விட்டுடுங்கோ... அந்தப் பையனும் பெரிய பணக்காரனாம்... நன்னாவும் இருக்கானாமே... பேசாம விட்டுப்பிடி" என்று உபதேசம் செய்தாள் அம்மாமி.

"எனக்குப் புத்தி வந்துடுத்து அம்மாமி... இனிமேல் நான் புது மனுஷி... உங்க பேச்சை தெய்வ வாக்கா வெச்சுக்கறேன்" என்றாள் ஜெயாவின் தாயார்...

"அப்போ... நான் புறப்படட்டுமா?" என்றாள் அம்மாமி. "நன்னா இருக்கே... சமையல் ஆயிடுத்து, ஒரு வாய் சாப்பிட்டுட்டுதான் போகணும்" என்றார்கள் எல்லோரும்.

"ஒரு வாய்தான் சாப்பிடணுமோ... அதிகமாக் கேட்டா கிடையாதோ?" என்றாள் அம்மாமி. எல்லோரும் சிரித்தனர்.

மாடிக்காரர் கிளம்பினார். ஆனால் சங்கர், "சார். நீங்களும் இங்கேயே சாப்பிடலாம்... கமலி, எல்லார்க்கும் இலையைப் போடு" என்றார் சங்கர்.

சாப்பிடும்போது அம்மாமி சிரிக்கச் சிரிக்கப் பேசினாள் வீட்டில் கலகலப்பு களை கட்டியது. எல்லாரும் சாப்பிட்டு முடித்ததும் குமார் வந்தான். "ஜெயா நன்னா அசந்து தூங்கறா... இன்னும் கொஞ்ச நாழி கழிச்சு விழிச்சுப்பாளாம். பார்லிக் கஞ்சி கொடுப்பாளாம்... சாயங்காலம் வரச் சொன்னா, ராத்திரிச் சாப்பாடு பத்தி அப்போ தெரிஞ்சுண்டு போகலாம்னு சொன்னா... நான் சாப்ட்டு ஆஸ்பத்திரிக்குப் போகணும்" என்றான். எல்லாருக்குமே இந்த செய்தி நிம்மதியளித்தது.

"குமார், சுருக்கச் சாப்பிடு... அம்மாமிக்கு மாம்பலம் போக டாக்ஸி கொண்டு வரணும்" என்றார் சங்கர்.

"நான் போய்க் கொண்டு வர்றேனே" என்றார் மாடிக்காரர்.

"டாக்ஸியும் வேண்டாம்; ஒண்ணும் வேண்டாம். காமதேனு கிட்டே போனா பன்னெண்டு வரும்; ஏறிப் போயிடறேன், என்று அம்மாமி புறப்பட்டாள்; மஞ்சள் குங்குமமும் கொடுத்து வழியனுப்பினார்கள் கமலியும் அம்மாவும்; "எனக்கும் மாம்பலத்தில் காரியம் இருக்கு" என்று மாடிக்காரரும் கிளம்பினார்.

"கமலி, சமையல் இன்னைக்கு ரொம்ப ஜோர்" என்று ருசித்துச் சாப்பிட்டான் குமார். "கிண்டலா" என்றாள் கமலி. அம்மாவும் கமலியும் சாப்பிட்டனர். குமார் ஆஸ்பத்திரிக்குக் கிளம்பினான்.

"ராத்திரி என்ன ஆகாரம் கொண்டு வரலாம்னு கேட்டுண்டு சுருக்கவே வா... ஸ்பெஷல் வார்டுதானே, யாராவது துணைக்கு இருக்கலாம்" என்றார் அப்பா.

"யாராவது என்ன... நான் போறேன் ஆகாரம் எடுத்துண்டு. குழந்தைக்குத் துணையா போய் இருக்கேன்" என்றாள் அம்மா.

"ஆனால் அதற்கு அவசியம் நேரவில்லை, குழைவாகச் சாதம் வடித்து, ஆறின பிறகு நீர்க்க மோர் விட்டுக் கொண்டு வரச் சொன்னாராம் டாக்டர். எலுமிச்சம் பழமும் பிழியச் சொன்னார். ஒரு நர்ஸ் ஜெயா கூடவே ராத்திரி இருப்பாளாம். யாரும் துணைக்கு வரவேண்டாமென்று கூறிவிட்டாள் அந்த நர்ஸ்". ஜெயா மிகத் தெளிவாகப் பேசியதாயும், தூங்குவதாகவும் கூறினான் குமார்.

சாயங்காலம் எல்லாரும் கபாலி கோயிலுக்குப் போய்விட்டு வந்தார்கள், மாடிக்காரர் இரவுதான் வந்தார். விவரம் கேட்டறிந்தார். மோகன், லாட்ஜில் ரூமே எடுக்கவில்லை என்று தெரிந்துகொண்டு வந்திருந்தார். நேரே பெங்களூர் போயிருக்கலாம் என்று எல்லோரும் முடிவு செய்தார்கள்.

மறுநாள் காலையில் போய், டாக்டர்கள் பரிசோதித்தப் பிறகு வீட்டிற்கு அழைத்துக் கொண்டு வந்தார்கள். டாக்டர் சொன்னபடியே கூடத்து அறையை ஒழித்துக் கட்டிலில் படுக்கை விரித்து ஜெயாவைப் படுக்க வைத்தார்கள். இன்னும் இரண்டு நாட்களுக்கு மருந்து மாத்திரை கொடுத்து அவளைத் தூங்கச் செய்யவேண்டும். மற்றபடி எல்லாம் எப்போதும் போலத்தான், எப்போதுமே படுத்துத் தூங்க வேண்டுமென்ற அவசியம் இல்லை காற்றோட்டம் வேண்டும். புழுக்கம் கூடாது, வீட்டில் இரைச்சல் கூடாது என்றெல்லாம் டாக்டர் அறிவுரைகள்.

சங்கர் கடைக்குப் போய் மின்விசிறி வாங்கி வந்தார். கூடத்து மின்விசிறி ரிப்பேர் சரிசெய்து சத்தம் இல்லாமல் செய்தாயிற்று. எல்லோரும் கேலியும், சந்தோஷமுமாய் இருந்தார்கள். ஜெயா இருந்த அறையில் ஜன்னல் இல்லாததால் அதைத் திறந்தே வைத்திருந்தார்கள்.

கமலியும் அம்மாவும் ஜெயாவுக்கு மிகவும் உபசாரம் செய்தார்கள், அம்மா ஜெயாவிடம் அந்தரங்கமாகப் பேசினாள், "என்னென்னவோ நடந்து போச்சு ஜெயா… மனசிலே ஒண்ணும் வச்சுக்காதே. உனக்குத் தலையை, காலை வலிச்சா கூட எனக்குப் பொறுக்காதுடீ… நீ மோகனையே கல்யாணம் பண்ணிக்கோ, க்ஷேமமாயிரு… தொங்கத் தொங்க தாலி கட்டிண்டு நூறு வயசு இரு; என்னவோ நான் கொஞ்சம் பழையகாலத்து மனுஷியாவே இருந்துட்டேன். மாம்பலம் மாமி நிறையவே சொல்லியிருக்கா… நீங்களெல்லாம் சந்தோஷமா இருக்கறதை விட வேறென்ன வேணும் எனக்கு" என்று அன்பும் அங்கலாய்ப்பும் கொட்டிக் கொட்டிப் பேசினாள்.

பெரியப்பாவுக்குக் கடிதம் எழுதணும்… இதென்ன இந்த மோகன் ஒரு தகவலும் எழுதாம இருக்கார் இப்படி… அவருக்கும் பெங்களூருக்கும் ஒரு கடிதம் எழுதணும்… குமார், ப்ளீஸ் கவர் ஒண்ணு வாங்கிண்டு வாயேன். அப்படியே இன்னும் ரெண்டு சாமான் வேணும்" என்றாள் ஜெயா.

அப்பாவும் கடைக்குப் போகிறார், அநேகமாய்ப் பெரியப்பாவுக்கு 'போன்' பண்ணினாலும் பண்ணுவார் மோகனுக்கும் நம்பர் தெரியும். "அப்பா, போன் வந்தால் உடனே எனக்குத் தெரியணுமே" என்றாள் ஜெயா "நானே சீக்கிரமா வந்து சொல்றேன்" என்றார் அப்பா.

மாம்பலம் மாமி மீண்டும் ஜெயாவைப் பார்க்க வந்தாள். வரும்போதே "என் பட்டுத்துரைச்சி… நீ அன்னிக்குக் கெடந்த கெடை… இனிமே உனக்கு ஒரு குறையும் இல்லை. எங்க ராமு சொன்னான் ரொம்ப புத்திசாலிப் பொண்ணு. நிறையப் படிச்சிருக்கா எதையுமே சமாளிக்கக்கூடியவதான். அதிர்ச்சி அதிகமா இருந்ததால் தான் அப்படி ஆச்சாம்… உங்க அம்மாவுக்கும் நிறையச் சொல்லியிருக்கேன். கமலியோட கல்யாணத்தைச் சுருக்க முடிச்சுட்டு அப்புறம் உன் இஷ்டப்படி செய்… நீ கட்டாயம் அமெரிக்கா போகணுங்கறான் எங்க ராமு" என்றாள் அம்மாமி. பிறகு 'காபி' சாப்பிட்டுப் புறப்பட்டாள்.

சங்கர் மாலையில் வந்தபோதுதான் டெல்லி விஷயம் தெரிய வந்தது. "பெரியப்பா ஐரோப்பா போயிருக்காராம். திரும்பிவர

சுகவாசிகள் 131

ஒரு மாசமாகும். சுசீலாதான் பேசினா. மோகன் பெங்களூருக்கு வரலையாமே; அவரோட அப்பா சொன்னாராம். நான் இங்கே நடந்தது எதுவும் சுசீலாகிட்டே சொல்லலே. மோகன் பத்தி கவலையா இருக்கே... இன்னும் மெட்ராஸிலேயே எங்கேயாவது தங்கியிருப்பாரோ; இங்கே வர மனசில்லையா... ஒண்ணும் புரியலையே" என்றார் சங்கர்.

அவரது கையில் தமிழ் தினசரி ஒன்று மடிந்து கசங்கி வைத்திருந்தார். ஏதோ ஒரு லாட்டரி ரிஸல்ட் பார்ப்பதற்காக அவர் வாங்கியது. குமார் அதைப் பிரித்துப் பார்த்துக் கொண்டிருந்தான். ஓர் உள்ளூர்ச் செய்தியைப் பார்த்துவிட்டு அதிர்ச்சியடைந்து போய், "அப்பா, அப்பா, இதப்பாருங்களேன். இதென்ன... இப்படி..?" என்று குரல் நடுங்கிக் கொண்டே அப்பாவிடம் நீட்டினான். ஜெயாவும் ஓடிவந்து பார்த்தாள்.

"நகரில் ஒரு 'லாட்ஜில்' பெங்களூரைச் சேர்ந்த (அப்புறம் அச்சுசரியாயில்லை) மோகன் என்பவர் தூக்க மாத்திரை நிறைய விழுங்கி மயங்கிய நிலையில் கிடந்தார். ஆஸ்பத்திரியில் சேர்க்கப்பட்டு, அபாய நிலையில் இருக்கிறார்" என்பது அந்தச் செய்தி.

"அப்பா, அப்பா, எனக்கென்னவோ செய்யறதே... என்று மார்பைப் பிடித்துக் கொண்டாள் ஜெயா. கமலி வந்து படித்துவிட்டு அதிர்ச்சியடைந்தாள், குமாரும் மலைத்து நின்றான். அம்மா ஜெயாவைக் கட்டிலில் படுக்கவைத்து மீதி இருந்த மாத்திரையைக் கொடுத்தாள். தண்ணீர் கொண்டு வந்து மாத்திரையைச் சாப்பிடச் சொல்லி வற்புறுத்தினாள். ஜெயா திமிறிக் கொண்டு அப்பாவிடம் வந்து, "அப்பா, உடனே போகணும். அந்த லாட்ஜில் போய்..."

"எந்த லாட்ஜுன்னு போடலையே... டவுனில் ஆயிரத்தெட்டு இருக்கே... சரி நான்போய் தீர விசாரிச்சுண்டு வர்றேன். நீ கொஞ்சம் படபடக்காம இரு."

"ஆமாம், அதுவும் சரிதான். மோகனுக்கு மெட்ராஸில் அப்படியெல்லாம் பல இடங்கள் தெரியாது ஒண்ணு செய்வோமே. நானும் வரேன். அன்னிக்கு நானும் மோகனும் பார்த்துட்டு வந்தோமே, அந்த சிநேகிதரைப் போய்ப் பார்த்தா ஏதாவது விவரம்..."

"செய்தியே, சரியாய் இல்லே... பேருக்கு முன்னால் அச்சு சரியாயில்லே... நான் போய் விசாரிச்சுண்டு வர்றேன் ஜெயா... நான் உனக்குச் சொல்லணுமோ, மனசிலே பீதி, அதிர்ச்சியெல்லாம் கூடாதுன்னு..."

“அதெல்லாம் ஒண்ணுமில்லே அப்பா” என்று சொல்லும் போதே அவள் கண்ணும், முகமும் ஒரு மாதிரியாகிவிட்டது. தலைவகிடெல்லாம் வியர்வை துளிர்த்தது. சங்கரே அவளை அழைத்துக் கொண்டு போய் படுக்கவைத்து மாத்திரை சாப்பிட வைத்தார். “அப்பா... அப்பா... அப்படி ஏதாவது... ஊஹூம் இருக்காது அப்பா... மோகனுக்கு அதெல்லாம் தெரியாது. அவர் உலகம் தெரியாம வளர்ந்தவர், இருந்தாலும் நீங்க உடனே போய்...”

“இதோ போறேன், நீ மனசைக் கலக்கிக்காமத் தூங்கு” என்றார் சங்கர்.

அம்மாவும் கமலியும் ஜெயாவுக்கு அருகில் வந்து உட்கார்ந்து தடவிக்கொடுத்தார்கள். சங்கர் வெளியே புறப்பட்டார். அரைமணிநேரத்தில் ஜெயா தூங்கிவிட்டாள்.

அம்மா, கமலி, குமார் மூவரும் கவலை மிகுந்து மிக மெல்லிய குரலில் பேசிக் கொண்டார்கள். “அம்மா, கல்பகமே... நல்ல சேதி வரணும்டி தாயே... காப்பாத்துடி அம்மா” என்று பூஜை அலமாரிக்கெதிரே விளக்கேற்றி லலிதா சோபனம் படித்துக் கொண்டிருந்தாள் அம்மா.

❍

மோகன் பாண்டிச்சேரியில் மிகவும் மன அமைதியுடன் காலம் கழித்தான். ‘மதர்’ படமும், சமாதி வழிபாடும் மனதிற்கு ஆறுதல் அளித்தது. மற்ற நினைவுகள் வராமலில்லை. ஆனால் அந்த நினைவுகள் அவனை நிலைகுலையச் செய்யவில்லை. சில சமயங்களிலும், தூங்கப் போவதற்கு முன்னும் மௌனமாய் யோசிப்பான். ஏதோ ஒரு முடிவு தோன்றுவது போல் இருக்கும். மறுநாள் பொழுது விடிவதை எதிர் பார்ப்பான். எதற்கும் அவசரப்படக் கூடாதென்ற ஒரே முடிவுடன் இருந்தான். காலையில் ஆசிரமத்திற்குப் போய் ஒரு மணி நேரம் இருப்பான் அங்கேயே, பிறகு ஒரு மணி நேரம் அக்கம் பக்கத்தில் நின்று கொண்டிருப்பான். டூரிஸ்ட் பஸ்கள் மூலமும் காரிலும் வரும் ஜனங்களையும் பள்ளிக்கு வருபவர்களையும் பார்த்துக் கொண்டு இருந்தால் பொழுது போவதே தெரியாது. அதேபோல் மாலையில் கடற்கரைக்குச் செல்வான். வெள்ளைத் தலைப்பாகையும், அரைக்கை சட்டையும், காக்கி அரைக்கால் சட்டையும் அணிந்து ஆசிரமப் பெண்கள் சைக்கிளில் வந்து தேகப் பயிற்சி செய்து விளையாடுவார்கள். மோகன் வீடு திரும்பும்போது இருட்டிவிடும். திரும்பி வந்ததும் அகர்வால் பல விஷயங்கள் பற்றிப் பேசுவார்.

ஒருநாள், அவன் வந்த ஐந்தாம் நாள் அவன் மாலை வீட்டுக்குத் திரும்பும்போது, வாசலில் அவனுடைய அப்பாவின் பெரிய கார் நின்றிருந்தது. டிரைவர் நஞ்சுண்டையா, 'பானட்'டைத் திறந்து வைத்துக் கொண்டு எஞ்சினைத் துடைத்துக் கொண்டிருந்தார். அவரது முதுகைத் தொட்டு, "நலந்தானே டிரைவர், அப்பா வந்திருக்காரா? எப்போது" என்றான் மோகன்.

"அம்மாவும் வந்திருக்காங்கய்யா... வந்து பத்து நிமிஷம் ஆகுது" என்றார் டிரைவர்.

மோகனுக்காகக் காத்துக் கொண்டிருந்த தாயார் ஓடி வந்து தழுவிக் கொண்டு, முகத்தைத் தூக்கி, தடவிப் பார்த்தாள். ஸோபாவில் உட்கார்ந்திருந்த அப்பா "மோகன், எப்படி இருக்கே?" என்றார். "கொய்ட், ஓ.கே. அப்பா, நான் நாளைக்கு பெங்களூர் புறப்படறதா இருந்தேன். அதுக்குள்ளே..."

"என்ன அதுக்குள்ளே... எனக்கு அங்கே ஏக வேலை. உன் அம்மா உன்னுடைய 'போன்' வந்த மறுநாளே புறப்படத் துடிச்சா, மனசு சரியில்லேன்னு மட்டும் சொன்னே, வேறு விவரமேதும் சொல்லலே, ரொம்பக் கவலையாப் போயிட்டுது. ஜெயாவோட பெரியப்பா 'யூரோப் டூர்' போயிருக்காராம். சுசீலா சொன்னா... ஆமாம், ஜெயா அவளோட அப்பா, அம்மா எல்லோரும் சௌக்கியந்தானே..."

மோகன் கதையெல்லாம் சொன்னான். "நான் ஜெயா வீட்டிலேருந்து கிளம்பினப்போ மனசு ரொம்பக் கலங்கியிருந்தது. இங்கே வந்தேன்" மறுபடியும் மெட்ராஸ் போகணும்னு ஓர் எண்ணம் இருந்தது. இப்போ இல்லை" என்றும் சொன்னான்.

அகர்வாலும் வந்தார், யோசனை செய்தார்கள், அவர் சொல்லும் யோசனையை ஏற்றுக் கொள்ளவே மோகனும், அவனது தந்தையும் காத்திருந்தார்கள். அவர் சொன்னார் "மோகன் பெங்களூருக்குப்போகும் தகவலை ஜெயாவுக்கு எழுதட்டும். பெரியப்பா டெல்லிக்கு வந்த பிறகு மேற்கொண்டு முடிவு செய்வோம். இப்போதைக்கு இதுக்கு மேலே ஒண்ணும் வேண்டாம். இதுதான் என்னோட யோசனை. நீங்க என்ன நினைக்கறீங்க?"

"ரொம்பச் சரியான யோசனை. நாளை காலைல கடிதம் எழுதலாம்" என்றார் தகப்பனார்.

"நானே நேர்ல ஜெயாவோட அப்பாவுக்கு போன் பண்ணிடறேன். 91/2 மணிக்கெல்லாம் அவர் கடைக்கு வருவார். பாவம் அவங்க. ரொம்பக் கவலைப் பட்டுப் புழுங்குவாங்க" என்றான் மோகன்.

மறுநாள் தங்கி ஊரைச் சுற்றிப் பார்த்துவிட்டு அவர்கள் பெங்களூருக்குப் போகத் தீர்மானித்தார்கள்.

❍

சங்கர், டாக்டர் ராமுவின் உதவியுடன் ஜெனரல் ஆஸ்பத்திரியில் விசாரித்து, இறந்தது மோகன் இல்லை; சந்திரமோகன் என்ற நடுவயதுக்காரர் ஒருவர். ஏதோ கடத்தல் கேஸில் மாட்டிக்கொண்டிருந்தாராம். அப்படியானால் மோகன் எங்கே என்ற கவலை படர்ந்தது.

இதற்குள் மாடிக்காரர் ஒரு நல்ல செய்தி கொண்டு வந்திருந்தார். அவர் 'லஸ்ஸில்' போய் விசாரிச்சாராம். தேதி, நேரம், ஆள் அடையாளமெல்லாம் சொல்லி ஆட்டோக்காரர்களிடம் கேட்டபோது, ஒரு ஆட்டோ டிரைவர் அந்த அடையாளமெல்லாம் சொல்லி, அவரைப் பாண்டிச்சேரிக்கு ஏற்றி விட்டதாய்ச் சொன்னாராம். ஒருவாறாக, கவலை தீர்ந்தது.

மறுநாள் கடைக்குப் போன சங்கருக்கு மோகனிடமிருந்து 'போன்' வந்தது. "ஜெயா நன்றாய் இருக்கிறாள்; அவளுடைய அம்மாவுக்கு ஜெயா மோகனை மணந்து கொள்வதில் முழுச் சம்மதம். கோபதாபம் எல்லாம் தீர்ந்துவிட்டது. அப்பா, அம்மாவுடன் மெட்ராசுக்கு வந்து விட்டுப் பிறகு பெங்களூர் போகலாம். சம்பந்திகள் ஆகப்போகிறார்கள், நாங்களும் பார்த்துச் சந்தோஷப்படுவோம் என்று ஆவலுடன் அழைத்தார்" போனில்.

"கொஞ்சம் 'லைனி'ல் இருங்கள்" என்று சொல்லிவிட்டு மோகன் அப்பாவைக் கூப்பிட்டுக் கேட்டான். அவரும் "சரி என்றார்." 'ஹலோ, ஹலோ, நாங்க எல்லாரும் நாளைக்குக் காலைல புறப்பட்டு 11 அல்லது 12 மணிக்கு அங்கு வந்து சேர்றோம்" என்றான் மோகன்.

சங்கருக்குச் சந்தோஷம் தலைகால் புரியவில்லை. உடனே கடையில் சொல்லிவிட்டு வீட்டுக்குப் புறப்பட்டார்.

மோகன் அகர்வாலிடம் இத்தகவலைச் சொல்லிவிட்டு, "சுசீலா சொல்வா... அவங்க ஒரு மாதிரியான பைத்தியக்காரக் கூட்டம்னு. அது அப்படியே இருக்கு" என்றான்.

"நாமும் அப்படித்தான் மோகன், இந்தியரில் ரொம்பப்பேர் இந்த மாதிரிக் கூட்டந்தான். நான் உங்கள் செய்தி அறிந்து ரொம்ப சந்தோஷப்படறேன். உங்களுக்கு ரொம்ப இன்பமயமான வாழ்க்கை அமையட்டும் என என் தெய்வமான 'மதரி'டம் வேண்டுகிறேன்" என்றார் அவர்.

●●●